प्रत्येक लेख वाचताना विषयाचे वेगळेपण व विषय मांडण्याची पद्धत वेळी असल्याचे जाणवते. ग्यानबा व दादासाहेब पंडित यांच्या प्रश्नोत्तरातून आसमंतातील अनेक गोष्टींचा उलडा ग्यानबाबरोबर वाचकांनाही पुस्तक वाचताना होतो.

– दैनिक तरुण भारत (मुंबई)
२९ मे, २००५

एकंदरीत चाळीस विविध विषयांवरील प्रश्न आणि त्यांचे वैज्ञानिक उत्तरे या पुस्तकात संवादातून आणि खेळकरपणे दिली आहेत. या पुस्तकाचे महत्त्वाचे वैशिष्ट्य म्हणजे या पुस्तकातील उपयुक्त छायाचित्रे होय.

– दैनिक पुढारी, २९ मे, २००५

वाचकांना विज्ञानाचे पाठ गोष्टीरूपानं दिले असून आसमंत आणि सजीव-निर्जीव सृष्टीबाबत रंजक माहिती दिली आहे. विज्ञानाच्या जिव्हाळ्यानं ओतप्रोत भरलेले हे सुंदर कथालेख आहेत.

– दैनिक लोकसत्ता, ३० जुलै, २००६

ग्यानबाचं विज्ञान

डॉ. बाळ फोंडके

मेहता पब्लिशिंग हाऊस

✆ +91 020-24476924 / 24460313

Email : info@mehtapublishinghouse.com
production@mehtapublishinghouse.com
sales@mehtapublishinghouse.com

Website : www.mehtapublishinghouse.com

GYANBACHA VIDNYAN by DR. BAL PHONDAKE

ग्यानबाचं विज्ञान / विज्ञानकथा

५ रागिणी, साहित्य सहवास, बांद्रा (पू), मुंबई – ४०० ०५१
Email : balphondke@gmail.com

प्रकाशक : सुनील अनिल मेहता, मेहता पब्लिशिंग हाऊस, १९४१, सदाशिव पेठ, माडीवाले कॉलनी, पुणे ३०.

अक्षरजुळणी : इफेक्ट्स, २१/६ब, आयडिअल कॉलनी, कोथरूड, पुणे ३८.

मुखपृष्ठ : चंद्रमोहन कुलकर्णी

प्रकाशनकाल : मार्च, २००५ / पुनर्मुद्रण : जानेवारी, २०१८

P Book ISBN 9788177665314
E Book ISBN 9789387319714
E Books available on : play.google.com/store/books
m.dailyhunt.in/Ebooks/marathi
www.amazon.in

मुलांना विज्ञानाचे पाठ
हसत-खेळत देण्याचा वसा घेतलेल्या
बाल विज्ञान चळवळीचे अध्वर्यू
प्रा. वि. ग. भिडे
यांना
आदरपूर्वक

प्रस्तावना

कुतूहल ही माणसाची उपजत प्रवृत्ती आहे. आपल्या आसमंताविषयी, त्यातल्या सजीवनिर्जीव सृष्टीविषयी, त्या परिसरात घडणाऱ्या नैसर्गिक घटनांविषयी माणसाला नेहमीच कुतूहल वाटत आलं आहे. आपल्या जन्मापासूनच ही प्रक्रिया सुरू होत असते. बोलायला लागण्याअगोदर मूल स्वत:चा आपल्या अवतीभवतीच्या घटनांची तसंच तिथं असणाऱ्या व्यक्तिंची ओळख पटवण्यासाठी प्रयत्न करत असतं. त्याचं अधिष्ठानही या उपजत प्रवृत्तीतच असतं. पण त्या मुलाच्या सुरक्षेचं अवडंबर माजवत आपण ही मूळ प्रवृत्ती दाबून टाकण्याचा, प्रसंगी ती मारून टाकण्याचा प्रयत्न करू लागतो. आणि जसजसं मूल मोठं होत जातं तसतशी शिक्षणाच्या नावाखाली या उपजत प्रवृत्तीचा गळा घोटण्याची प्रक्रियाही वेग घेऊ लागते. आपली शिक्षणपद्धतीही इतकी चाकोरीबद्ध झाली आहे की, त्यात कुतूहलाला वावच उरलेला नाही. म्हणूनच मग त्या कुतूहलापोटी उभ्या राहिलेल्या मनातल्या प्रश्नांना वाचा फोडणारा कोणी आढळला, की त्याचं ते कुतूहल शमवण्याचा प्रयास करण्याऐवजी त्याच्या त्या धारिष्ट्याची सजाच त्याला देण्याची धारणा बाळगली जाते.

ग्यानबा हा असाच एक आपलं कुतूहल दाबू न शकणारा तल्लख बुद्धिचा मुलगा. आपला परिसर न्याहाळता न्याहाळता त्याला पडणारे प्रश्न खरं तर कोणालाही विचार करायला लावणारेच. पण त्याच प्रश्नांची उत्तरं न देता आल्यामुळे किंवा त्यासाठी विचार करण्याची तयारी नसल्यामुळे त्या प्रश्नांना अंटसंट मानून त्याला खुळचट किंवा उद्धट ठरवण्याचीच घाई जो तो करत असे. त्याचे सवाल वरवर तिरपागडे वाटले तरी त्यापाठी खरोखरच काही

तर्कसंगती आहे हे ओळखलं होतं ते फक्त गावात नव्यानंच आलेल्या दादासाहेब पंडितांनी. तेच त्याच्या प्रश्नांची उत्तरं शोधून काढण्याचा प्रयत्न त्याच्यासोबतच करत. त्यापायी त्याला काही प्रयोग करायलाही उद्युक्त करत. त्यामुळेच इतरांना वेडपट किंवा मूर्ख वाटणारा ग्यानबा वेगळ्याच प्रकारे ज्ञान आत्मसात करायला लागला होता. त्याच्या या आगळ्यावेगळ्या ज्ञानसाधनेच्या कहाण्या इतरांनाही उद्‌बोधक तसंच मनोरंजक ठरतील असं वाटल्यावरूनच इथं सादर केल्या गेल्या आहेत.

आपल्या समाजात असे असंख्य ग्यानबा दडलेले आहेत यात शंकाच नाही. त्यांना या कहाण्या दिलासा देणाऱ्या ठरतील अशी आशा तर आहेच. पण त्यांना पडणारे प्रश्न ते मनातच दाबून न टाकता दिलखुलासपणे विचारण्याचं धाडसही करतील अशी अपेक्षा आहे. तसं झालं तर मग ग्यानबाच्या या कहाण्या सादर करण्यामागचा उद्देश सफल झाल्याचं समाधान दादासाहेबांनाही मिळेल. आणि त्या नव्या प्रश्नांची उत्तरं शोधण्याचे प्रयत्न ग्यानबाच्या मदतीनंच दादासाहेब करू लागतील.

डॉ. बाळ फोंडके

अनुक्रमणिका

उंटाची पावलं / १
कोसळणारी वीज / ४
थंड माथा / ८
वर जाणारी आग / ११
समूळ नायनाट / १४
गोफ दुहेरी / १७
इंद्रधनुष्याचा पाठलाग / २०
झोपेचे प्रकार / २३
काळे आणि पांढरे / २७
उकिरड्यावरची दुर्गंधी / ३०
नको असलेले पाहुणे / ३३
...म्येंढरं बरी! / ३६
म्हातारं केळं! / ३९
अश्रूंची किंमत / ४२
न रडवणारा कांदा / ४५
चिंब पावसात! / ४८
पावसाचा थेंब / ५१
पावसाचा वास / ५४
आँक् छी! / ५७
अंगदेशची लढाई / ६०
तापाची मदत / ६३
केसांची वाढ / ६६
जागते रहो–! / ६९
काल रातीला... / ७२
झणझणीत / ७५
तिखटजाळ / ७९
लोखंडाचे रंग / ८३
उलटी सुलटी / ८६
पक्ष्यांची झोप / ९०
झाडांचं पाणी / ९३
एका कोळियाने– / ९६
पंख्यांची पाती / ९९
इस्त्रीची जादू / १०३
घड्याळाचे काटे / १०७
नदीकाठचा प्रकार / ११०
पोटातले कावळे / ११४
कपड्यांचा सुवास / ११७
बोटांमधले बुडबुडे / १२१
जांभयांची साथ / १२४
वाघाची मावशी / १२७

उंटाची पावलं

आमचा ग्यानबा म्हणजे एक भन्नाट गडी. बेट्याची बुद्धी तल्लख. पण चाकोरीतल्या मळलेल्या वाटेनं जायचं नाकारणारी. म्हणून तर त्याचं आणि शाळेचं गणित काही जमलं नाही. कारण पठ्ठ्या वर्गात मास्तरांना तऱ्हेतऱ्हेचे, चित्रविचित्र प्रश्न विचारून बेजार करून सोडत असे. त्यांनी दिलेला अभ्यास करण्याऐवजी रानावनात हिंडून, निरनिराळ्या गोष्टी पाहून, ग्यानबाच्या डोक्यात हजारो प्रश्नांचे भुंगे सतत गुंजारव करत असत. त्यांची उत्तरं मिळवण्याकडेच गब्रू ध्यान देत असे. त्याच्या सवालांच्या सरबत्तीमुळे आणि मुख्य म्हणजे त्यांची उत्तरं ठाऊक नसल्यानं वैतागलेल्या मास्तरांनी मग 'छडी लागे छमछम, विद्या येई घमघम' याच सूत्राचा अवलंब करायला सुरुवात केली. त्यामुळं तर गड्याला शाळेचा आणखीनच तिटकारा आला. तिथून पळ काढून ग्यानबा रानोमाळ भटकत असे. त्याचं लक्ष ज्यानं वेधून घेतलं आहे, अशा एखाद्या चीजेकडे तासन्तास ध्यान देऊन बसे. घरच्या मंडळींनीही शेवटी कंटाळून त्याला गुरं राखायलाच पाठवलं. ते तर त्याच्या पथ्यावरच पडलं.

नाही म्हणायला गेल्या तीन चार वर्षांपासून गावात राहायला आलेल्या दादासाहेब पंडितांशी त्याचं चांगलंच मेतकूट जमत असे. कारण ते त्यानं विचारलेले अंटसंट प्रश्न धुडकावून लावत नसत. त्यातल्या काहींची पटतील अशी उत्तरं देत. उरलेल्यांची शोधून काढण्यासाठी त्याच्याबरोबरच तो नेईल तिथं जात. त्यामुळं धीट होऊन तोही पंडितांना कोणताही सवाल करी.

असेच एक दिवस स्नान करून दादासाहेब पंडित ओसरीवर बसले होते. वारा अगदी पडला होता. नुकतीच आंघोळ केलेली असूनही दादासाहेबांच्या उघड्या पाठीवरून घामाचे ओघळ वाहत होते. सूर्य अगदी डोक्यावर आला होता. उन्हाचा कडाका जाणवत होता. पलीकडेच पडलेलं वर्तमानपत्र उचलून वारा घेत दादासाहेब थोडाफार थंडावा आणण्याचा प्रयत्न करत होते.

तोच धावतधावत ग्यानबा ओसरीवर शिरला. तोंडानं तो हाय हुय करत होता. ओसरीवर पाऊल ठेवल्यानंतरही नाचत होता. एका जागी स्थिर राहत

नव्हता. एकेक पाय उंचावत नाचल्यासारखा तो एकाच जागी उड्या मारत होता.

'म्येलो! म्येलो! अयायाया, आये गं!' मधूनच ग्यानबा विव्हळतही होता.

ग्यानबाच्या विक्षिप्तपणाची माहिती असूनही दादासाहेबांना, हा असं काय करतोय, हे कळेना. नेहमीप्रमाणे तोच काहीतरी सांगेल, विचारेल आणि सुरुवात करेल या अपेक्षेनं इतका वेळ स्वस्थ बसलेल्या दादासाहेबांना आता मात्र राहवेना. त्यांनी विचारलंच,

'अरे ग्यानबा, झालंय तरी काय? असा विव्हळतोयस काय, उड्या काय मारतो आहेस? काय होतंय तुला?'

'अवं पाय माजं. पोळून निगालेत न्हवं या उनापायी. आगागागा, पायाची अक्षी आग व्हतीया बगा. वाटतंय की चुलीतल्या लाकडागत जळून खाक व्हनार की काय! छ्या, छ्या काय ह्यो उनाचा कार, वैसाकवणवाच पेटलाय बगा. घसा सुदीक कोरडा पडलाय. त्हान त्हान व्हाया लागलीया.'

'अरे अनवाणीच चालत आलास होय. या उन्हानं तापलेल्या रस्त्यांवरून अनवाणी आल्यावर पाय पोळणारच. पायताण तरी घालायचं होतंस. आहे ना तुझ्याकडे वहाण?'

'हाय की. पन ती कशापायी घालाय व्होवी? त्यो उट कसा वाळवटात बी अनवाणीच चालतुया. त्याचं पाय कसं पोळून निगत न्हाईत? आनि त्याचं त्वांड कसं कोरडं पडत न्हायी?'

'कारण तो उंट आहे आणि तू उंट नाहीस, माणूस आहेस. अनवाणी चालण्याचा गुणधर्म उंटाच्या अंगीच आहे. तुझ्या नाही.'

'त्येच, त्येच तर म्हनतुया म्या. त्या उटाला कसं आगीवानी तापलेल्या वाळवटातनं चालाया येतंय?'

'त्याची अनेक कारणं आहेत. वाळवंटात सूर्याचा कडाका इतका असतो, की तापमान पन्नास अंशाच्याही वर जातं. वाळू तर तापलेल्या तव्यासारखीच झालेली असते. त्यात तू पाहिलं असशील, की उंट आपली पावलं रोवून चालतो. कारण तसं केलं नाही तर त्या भुसभुशीत वाळूत त्याचा पाय टिकणारच नाही. तो सरकत राहील आणि त्याला चालणं कठीण होईल. त्यामुळं कोणत्याही क्षणी त्याचं अख्खं पाऊल त्या तापलेल्या वाळूशी जोडलेलं असतं.'

'आन् तरीबी त्येला त्या उनाचा तरास होत न्हाई?'

'नाही. कारण एक तर असं बाहेरचं तापमान वाढलं की आपल्या अंगचं तापमानही वाढवण्याची किमया उंटाला साध्य झालेली आहे. तुझं पाऊल तापतं

आणि त्याला त्या उष्णतेचा त्रास होतो. कारण तुझ्या शरीराचं तापमान सदतीस अंशच असतं. त्यामुळं तुझ्या शरीराचं तापमान आणि त्या जमिनीचं तापमान यातला फरक जास्ती असतो. म्हणून ती वाढीव उष्णता तुझ्या पावलांना मिळते आणि ती सहन करण्याची शक्ती तुझ्यामध्ये नसते. त्यामुळंच पाऊल भाजून निघतं. पण उंट अशा उष्ण वातावरणात शरीराचं तापमान एकेचाळीस बेचाळीस अंशापर्यंत वाढवू शकतो. तरीही त्याच्या शरीरातले सगळे व्यवहार व्यवस्थित चाललेले असतात. अर्थात शरीराचं म्हणजेच पावलांचं तापमान आणि वाळूचं तापमान यातला फरक जास्ती नसतो. त्यामुळं पावलांना मिळणारी वाढीव उष्णताही तेवढी नसते. शिवाय तीही त्याच्या पावलांना जोडलेल्या मज्जातंतूंपर्यंत फारशी पोचत नाही कारण त्याच्या पावलांवर जाड कातडीची आवरणं असतात. त्या आवरणांना पार करून उष्णतेची संवेदना आतल्या बाजूला असलेल्या मज्जातंतूंपर्यंत सहजासहजी पोचत नाही. त्यामुळं त्याला तो चटका जाणवत नाही.

शिवाय त्याला घामही कमी येतो. त्याच्या शरीरातून बाहेर पडणाऱ्या लघवीचं प्रमाणही तो अशा वेळी कमी करतो. तसं केल्यानं आपल्या शरीरातलं पाणी टिकून राहील, ते बाहेर फेकलं जाणार नाही याचीच तजवीज तो करत असतो. आपल्या श्वासोच्छ्वासाचा वेगही तो कमी करतो. त्यामुळं श्वासावाटे बाहेर पडणारा ओलावाही कमी होतो. नाक आणि तोंड त्यामुळं पटकन कोरडं पडत नाही.'

'हांगाशी! आता सापडला की वो तोडगा. म्हंजी मला बी स्वासाचा वेग कमी केला तर ह्यो कडाका जानवायचा न्हाई. करूनच बगाया व्हया ह्यो प्रयोग. निस्तं पडूनच ऱ्हायलं, ज्यादा हालचाल क्येली न्हायी की तसं करता येईलच की. त्येच करतो आता.'

'म्हणजे नक्की काय करणार तू? भलतं सलतं काही करू नकोस.' दादासाहेब तसा इशारा त्याला देत होते. पण तो ऐकायला ग्यानबा तिथं होताच कुठं. तो केव्हाच तिथून पसार झाला होता. वेग कमी करण्याचा स्वत:चाच विचार विसरत तो तिथून झपाट्यानं निघून गेला होता.

◆

कोसळणारी वीज

अजून मृग नक्षत्र लागायला काही दिवस बाकी होते. पण आभाळ भरून आलं होतं. वातावरण कुंद झालं होतं. अजून सूर्यास्त व्हायला काही वेळ असला तरी अंधारून आलं होतं. आकाशात आजीबाई दळण घालत बसली होती. ढगांचा गडगडाट होत होता. मधूनच वीज लख्खन् चमकून जात होती. तेवढ्या क्षणार्धातच आसमंत उजळून निघत होतं. वारा मात्र पडला होता.

दादासाहेब आणि ग्यानबा पडवीत बसून निसर्गाचं ते रौद्रभीषण रुप पाहत होते. दोघेही गप्प होते. काहीही बोलत नव्हते. एरवी सतत बडबड करणारा, तऱ्हेतऱ्हेचे विचित्र प्रश्न विचारून सर्वांनाच भंडावून सोडणारा ग्यानबाही मिठाची गुळणी धरल्यासारखा गप्पगप्पच होता. पण त्याच्या डोक्यात काही विचारचक्र सुरू असल्याचं त्याच्या चेहऱ्यावर क्षणाक्षणाला बदलणाऱ्या भावांवरून स्पष्ट होत होतं.

इतक्यात कडाक्याचा आवाज करत आकाश उजळून निघालं. कुठंतरी वीज कोसळली होती. तिचा आवाज होताच ग्यानबालाही कंठ फुटला,

'वीज कोसळली आसंल, न्हाई?'

नुसताच हुंकार भरत दादासाहेबांनी त्याचं अनुमान बरोबर असल्याचा निर्वाळा दिला. ग्यानबाला तेवढा पुरेसा होता. कारण त्यानं तेच सूत्र पकडून विचारलंच,

'दादासायेब, ही वीज कुटं बी पडती. झाडावर पडली तर त्ये झाडंच जाळून टाकती. न्हायतर त्येला मुळापास्नं उखडून टाकती. पर समजा ही पान्यात कोसळली म्हंजी आपल्या हिप्परगा तलावात न्हायतर भीमा नदीत कोसळली तर काय व्हईल? आन् समजा म्हमईच्या समुद्रात कोसळली तर थितल्या माशांचा पार तंदुरी व्हऊन जात आसंल न्हाई? तसं जालं म्हंजी लई ब्येस. मासा गळाला

लागला की डायरेक त्वांडातच टाकायचा. शिजवायची भांगडच न्हाय.'

त्याच्या त्या भन्नाट कल्पनेचं हसू येत दादासाहेब म्हणाले, 'त्याची फार आशा धरू नकोस. अगदी एखाद्या माशाच्या अंगावरच वीज कोसळली तर त्याचा जळून कोळसा होईल. पण त्याची शक्यताही तशी कमीच असते. कारण वीज जेव्हा कोसळते तेव्हा जमिनीत जाऊन पोचण्याची तिला घाई झालेली असते. प्रत्यक्ष जमिनीशीच तिचा संबंध आला तर प्रश्नच नसतो. पण इतर कुठंही ती पडली तर धरतीकडे लवकरात लवकर जाण्याची वाट ती शोधत राहते.

पण जेव्हा ती अशी एखाद्या जलाशयावर कोसळते तेव्हा तिचा पहिल्यांदा संबंध येतो तो त्या जलाशयातल्या पाण्याशी. तेव्हा त्या पाण्यामधून इतस्तत: पसरत त्या पाण्याखालच्या जमिनीत विरून जाण्याचीच तिची धडपड असते. त्यामुळेच ती सर्वच दिशांनी जाण्याचा प्रयत्न करते. अशा वेळी जर वाटेत एखादी अर्धगोलाकार वस्तू आली तर तिला बगल देऊन पलीकडे जाण्याचाच तिचा प्रयत्न राहतो. या धडपडीमध्ये तिच्यामध्ये कोणत्याही वस्तूचा कोळसा करण्याची जी क्षमता असते तिच्यामध्ये फार वेगानं घट होते. म्हणून जर ती अर्धगोलाकार वस्तू म्हणजे मासा असेल तर त्याला बगल देऊन वीज पुढं जाईल. शिवाय त्याचा तंदुरी करण्याची त्या विजेची शक्तीही कमी झाल्यामुळं माशाला धक्का बसेल पण तो भाजला जाणार नाही.'

शिवाय या विजेमध्ये फार मोठ्या प्रमाणावर उष्णता असते. तिचं तापमान मोजलं तर ते हजारो डिग्री सेंटिग्रेड असतं. ती सगळी त्या पाण्याला मिळते. त्यामुळं जिथं वीज कोसळली त्या केंद्रबिंदूच्या आसपासच्या मोठ्या प्रमाणावरच्या पाण्याची क्षणार्धात वाफ होते. त्यामुळं तिथं फार मोठ्या प्रमाणावर दाब निर्माण होतो आणि त्याचा परिणाम तिथं एक फार मोठी लाट तयार होण्यात होतो. ही लाटही झपाट्यानं आजूबाजूला पसरू लागते. त्या लाटेच्या तडाख्यात सापडलेल्या

माशाच्या शरीराची चांगलीच मोडतोड होऊ शकते. अशा केंद्रबिंदूपासून काही मीटर अंतरावर आणि खोलवर असलेल्या पाणबुड्यांना या लाटेचा धक्का बसल्यामुळं त्यांचे कानाचे पडदे फाटल्याची उदाहरणं आहेत. एवढंच काय पण अशाच दूर, सुरक्षित वाटणाऱ्या अंतरावर असलेल्या नावा, पडाव या लाटेमुळं उलटल्याचीही उदाहरणं आहेत. त्यात जर ती नाव धातूची असेल तर मग त्या विजेला वाहून जाण्याचा एक चांगलाच मार्ग दिसतो. कारण कोणताही धातू अतिशय चांगला वाहक असतो. त्यामुळं ती वीज मग त्या धातूच्या नावेच्या बाजूंमधून वेगानं वाहून जाते. पण नावेच्या आत पोकळी असल्यानं नावेतल्या वस्तू मात्र त्या विजेपासून सुरक्षित राहतात. एक प्रख्यात इंग्रज शास्त्रज्ञ मायकेल फॅरॅडे यानं तर असा एक प्रयोगच करून दाखवला होता. त्यासाठी त्यानं धातूच्या तारांचा एक पिंजरा बनवला आणि त्यात स्वत:ला कोंडून घेतल्यानंतर त्या पिंजऱ्यावर चहुबाजूंनी विजा आदळतील अशी व्यवस्था केली. इतरांना वाटलं की आता फॅरॅडेची गच्छंती होणार. पण विजा कोसळण्याचं थांबल्यावर फॅरॅडे आतून सहीसलामत बाहेर पडल्याचं पाहून सर्वांनाच आश्चर्य वाटलं.'

'हांगाशी! म्हंजी आता या इजा कोसळन्याच्या टायमाला अंगावर कापडं घालन्याऐवजी पत्र्याचा डब्बाच घालून हिंडाया होवं म्हना की!'

☜ मायकेल फॅरॅडे

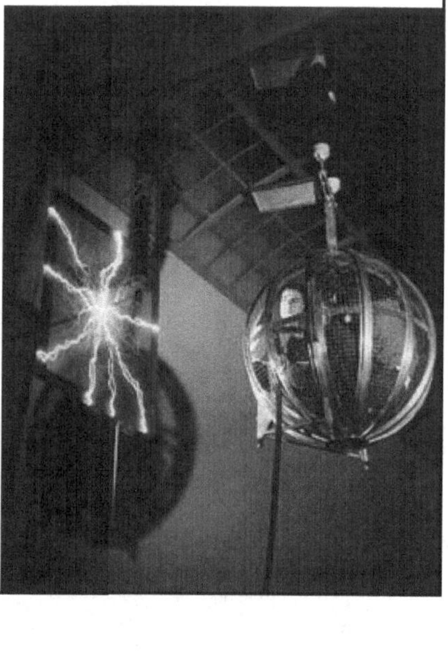

फॅरॅडे पिंजऱ्यातील माणसावर कोसळणाऱ्या विजेचा काहीही परिणाम नाही ☞

‘असलं भलतं सलतं काही तरी करू नकोस. कारण तुझे पाय जमिनीलाच टेकलेले असतील. आणि त्या डब्याच्या आत पोकळी हवी. तुझ्या अंगाचा जरासाही स्पर्श त्या डब्याला झाला तरी वीज तुझ्या अंगातून जाईल. तुझाच कोळसा होईल. तेव्हा तसलं काही करण्याच्या फंदात पडू नकोस.’

◆

थंड माथा

दुपारचा, उन्हं उतरणीला लागल्यावर ग्यानबा दादासाहेबांच्या घरी पोचला. दादासाहेब वामकुक्षी करून नुकतेच उठले होते आणि चहा करत होते. किटलीत पाणी उकळत होतं. तिच्या तोंडातून निघणारी वाफ फुसांडत बाहेर पडत होती वरवर जात होती. तिचा जणू एक ढगच तयार झाला होता.

त्याच्याकडे पाहत आणि आपलं बोट नाचवत ग्यानबा म्हणाला,

'दादासायब, मला सांगा ती पान्याची वाफच हाय न्हवं?'

'अर्थात! वाफच आहे ती. किटलीतलं पाणी उकळायला लागलंय त्यामुळं ती वाफ बाहेर पडते आहे.'

'पर ती वरवरच का जातीया?'

'अरे वाफच आहे ती. गरम आहे तेव्हा वरच जाणार.'

'मंग हवा तापली की तीबी वरवरच जाईल न्हवं.'

'खरंच आहे ते. गरम हवा वरच्या दिशेनंच जाते. म्हणून तर घरात एअर कंडिशनर–'

'–मंजी ते हवा थंड करायचं मिशीन?'

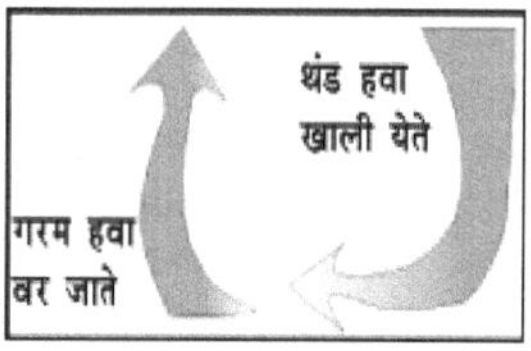

'हं, तेच. सहसा असं मध्यम उंचीवरच लावतात.'

'तुमी न्हेमी सांगता की गरम हवा वर जाती. पर तुमचं म्हननं काय बी खरं नाय बगा. तुमच्या या शिकवनीनं माजी पार फजिती करून टाकली बगा, आज. पार इज्जतका फालुदा जाला की माजा.'

'तो कसा काय बुवा?' बुचकळ्यात पडून दादासाहेबांनी विचारलं.

'मंजी काय जालं की एरवाच्या दिशी आमी समदी पारावरच्या दगड्याच्या च्याच्या टपरीवर जमलो हुतो. त्योबी च्या करत हुता. आन् त्याच्याबी किटलीतनं अशीच वाफ बाहेर पडत हुती. त्याची गमत वाटून सदा काय बाय बोलला तवा म्या सांगिटलं त्याला, की बाबा रं ती गरम हाय, तवा वरच जानार. गरम हवा

वर वरच जाती. त्येला काय ते उमगंना. म्हूनशान त्येला दावाया आमी आज पिरूबाच्या डोंगरावर चडून ग्येलो. मस्नी त्येला दावायचं हुतं, की डोंगरमाथ्यावर हवा गरम आस्ती म्हून. पर कसचं काय आन् कसचं काय! थतं पोचलो तर हवा लई थंड. तुमच्या त्या मिशिनीपरीस थंड. समदी मस्नीच टोकायला लागली न्हवं का, की कुटं हाय तुजी गरम हवा. मंग मला बी सय आली, की त्ये माथेरान आन् म्हाबलेस्वरला लोक जात्यात थंड हवा खायला तर त्ये बी उंचावरच हाय की! आन् त्यो हिमाला, टीवीमंदी बगिटलाय की! त्येच्यावर तर बरफच बरफ असतं पांढरं फेक. थतं तर लईच थंडी. मंग सांगा की तुमची ही गरम हवा ग्येली कुटं?'

दादासाहेब क्षणभर गप्पच बसले. ग्यानबाला पडलेला सवाल तसा रास्तच

होता. जर गरम हवा वर वर जात असेल, तर मग उंचावरची हवा गरमच असायला हवी, हे त्याचं म्हणणं तसं म्हटलं तर तर्कसुसंगतच होतं. पण त्यातली ग्यानबाची मेख आता ग्यानबालाच सांगायला हवी होती. घसा खाकरून ते म्हणाले,

'हे बघ ग्यानबा हवा तापली, की ती फुगते. त्यामुळं ती हलकी होते. आता हलकी असलेली कोणतीही वस्तू वरच्या दिशेनंच जाणार. कारण तिच्यावरच्या गुरुत्वाकर्षणाचं बल जड वस्तूच्या मानानं कमी असतं. म्हणून तर पाण्यापेक्षा हलका असलेला बर्फ खालच्या दिशेनं जाऊन पाण्यात बुडण्याऐवजी वरच्या

दिशेनं जाऊन पाण्यावर तरंगतो. पाण्यापेक्षा तेल हलकं असतं. म्हणून तेही पाण्यावर तरंगतं. फुग्यात भरलेला गॅस असाच हलका असतो. म्हणून तोही वरच्या दिशेनं जातो. थोडक्यात काय तर हलकी असणारी कोणतीही वस्तू जमिनीच्या दिशेनं न झेपावता वर आकाशाच्या दिशेनं जाते. गरम हवा ही हलकी असते. म्हणून वरच्या दिशेनं जाते. ती गरम असते म्हणून नाही. तू जेव्हा तुझ्या मित्रांना ते सांगितलंस तेव्हा त्यांची अशी समजूत झाली, की गरमी म्हणजेच उष्णता आकाशाकडे झेपावते. तशी समजूत झाल्यानं त्यांना वाटलं, की गरमी वरवर जात असेल तर मग उंचावर गरमी जास्ती असायला हवी. आणि म्हणून डोंगरमाथा गरम असला पाहिजे, अशी समजूत त्यांनी करून घेतली. ती चुकीची होती. हे तर आता तुम्ही प्रत्यक्षच अनुभवलं आहे.

सूर्याच्या उन्हानं जमीन तापते. त्या जमिनीच्या जवळ आलेली हवाही मग त्यामुळं तापते. तशी ती तापली की फुगते आणि हलकी बनते. मग ती हळूहळू वरच्या दिशेनं प्रवास करू लागते. पण उंचावर पोचली की तिथल्या थंड हवेशी ती भिडते. तशी ती भिडली की मग तीही थंड होऊ लागते. आणि थंड झाली की तिथंच मुक्काम करून बसते, आणखी वरवर जात नाही. डोंगरमाथ्यावरच्या हवेचा काही जमिनीशी संबंध येत नाही. त्यामुळं ती थंडच राहते. उलट दऱ्याखोऱ्यातली हवा सतत जमिनीशी भिडत असल्यामुळं तापते. म्हणून तर वाई तापलेली असते पण जवळच असलेलं महाबळेश्वर थंड राहतं.'

'मंजी गरमी वरवर चडत न्हायी म्हनता?'

'नाही. गरमी नाही. पण गरम हवा मात्र हलकी झाल्यानं वर चढते.'

'पर मंग समदी म्हनत्यात की तळपायाची आग मस्तकात जाती, त्ये कसं काय?'

यावर मात्र काय बोलावं ते दादासाहेबांना कळेना. ग्यानबा मात्र दादांची कशी गंमत केली, असं म्हणत तिथून सटकला.

◆

वर जाणारी आग

घाईघाईनं ग्यानबा दादांच्या घरात शिरला. दादा बाहेर पडवीतच आरामखुर्चीत बसले होते. चहाचा वाफाळता कप त्यांच्यासमोर होता. ग्यानबाला पाहताच त्याला 'चहा घेणार का' असं विचारण्यासाठी दादांनी तोंड उघडलं. पण त्यांना तोंडातून शब्दही काढण्याची संधी न देताच ग्यानबा म्हणाला,

'नाय नाय दादा, तुमी लबाड बोललात. आमच्यासंगट तुमी लबाड बोललात. खरं तुमी सांगितलं न्हायी.'

दादा अवाक् झाले. आपण ग्यानबाशी कधी काय खोटं बोललो, हेच त्यांना समजेना. खरं तर ग्यानबा काय बोलतोय, हेच त्यांना समजेना. तो चिडला आहे एवढं मात्र त्यांना उमगलं होतं. ग्यानबाच्या स्वभावाची त्यांना चांगलीच कल्पना असल्यामुळं त्यांनी त्याच्या कलानं घ्यायचं ठरवलं.

'अरे पण मी काय खोटं बोललो हे तर सांगशील. माझं आता वय झालंय, कधी कधी आठवण दगा देते. तेव्हा तूच आठवण करून दे, मी काय खोटं बोललो त्याची.'

'त्या दिशी म्या आलो हुतो तवा तुमी म्हनाला की नाय, की गरमी वरवर जात न्हायी. गरम जाल्यापायी हवा हलकी होती. आन् म्हूनच ती वर उडून जाती. आग वरवर जात न्हायी.'

'हो सांगितलं होतं मी तसं तुला. पण त्यात खोटं—'

'खोटंच न्हाय तर काय? मागल्या म्हयन्यात आमी होळी पेटवली हुती. तवा बी म्या बगिटलं हुतं, समद्यांनीच बगिटलं हुतं, की आग वरवरच जातीया. त्या आगीपायी आमच्याभोती गरम हवा जाली. पन ती काय वर गेली न्हायी. आन काल तर म्या म्हादेवाच्या देवळात

गेलो हुतो.'

'तू? आणि देवळात गेला होतास? ते कशाला?'

'त्यो कथेकरी बुवा आलाय न्हवं का! त्येच्या परवचनाला ग्येलो हुतो. त्यो बी म्हंगाला की दादा पंडितांनी सांगितलं हाय.'

'मी? मी त्याला काय सांगितलं बुवा?'

'काय की पंडित म्हनला बुवा त्यो. ह्येच की पोत जरी खाली क्येला तरी त्येची आग—'

'हं, हं, हं, ते होय. अरे ते मी नाही, वामनपंडितांनी सांगून ठेवलं आहे. केला जरी पोत बळेची खाले / ज्वाला तरी ते वरती उफाळे.'

'त्येच ते. अवं सादी आगकाडी घ्येतली आन् उल्टी धरली तरी त्येचा जाळ वरवरच जातो. आपली बोटं भाजून काडतो. आन तुमी म्हनता की फकस्त गरम होऊन हलकी जालेली हवाच वर जाती. मंग आता ही आग कशी वर जाती. खाली करन्याचा टराय केला तरी वरच जाती, खरं का नाय?'

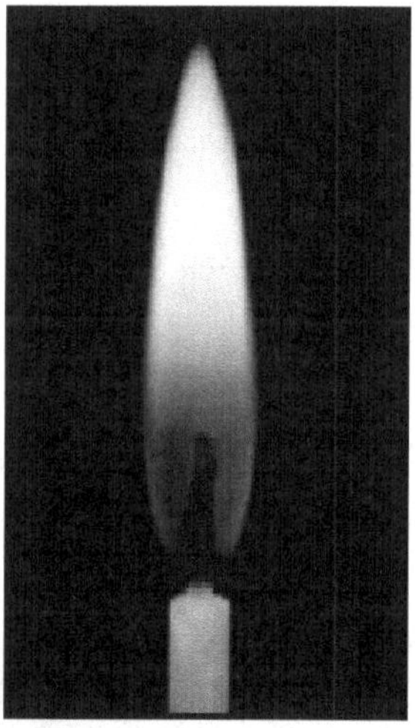

'अगदी खरं आहे. पण आग म्हणजे काय, ज्वाला म्हणजे काय हे तर समजून घेशील की नाही? पोत किंवा पलिता घेतला तर त्यात काय जळतं? त्यात गुंडाळलेलं कापड जळत नाही. त्यात असलेलं तेल जळतं. मेणबत्ती घेतलीस तर त्यातली कापसाची वात जळत नाही, तर त्या वातीला चिकटलेलं मेणाचं इंधन जळतं. असं इंधन नेहमीच तेलासारखं द्रवरुपात असतं असं नाही. तूप किंवा मेण यांच्यासारखं ते घनरुपातही असतं. पण कोणत्याही रुपात असलं तरी त्याला उष्णता मिळाली, म्हणजेच ते गरम झालं, की त्याचं प्रथम द्रवरुपात आणि त्याहूनही गरम झालं की वायूंमध्ये रुपांतर होतं. थंड असलेला बर्फ घन असतो. तो गरम झाला की वितळतो आणि त्याचं द्रवरुप पाण्यात रुपांतर होतं. ते आणखी तापलं की त्याची वायुरूप वाफ बनते. कोणत्याही पदार्थाची अशीच स्थिती असते. मात्र काही पदार्थ असे असतात की त्यांचं वायूत रुपांतर झाल्यानंतर जर आणखी तापले तर ते पेट घेऊ शकतात. अशा ज्वालाग्राही पदार्थांची कोणत्याही आगीसाठी जरुरी असते. मेणबत्तीमधलं मेण गरम झालं की वितळतं आणि त्यातल्या वातीवरून ते केशाकर्षणामुळं वरवर चढत जातं. तसं ते जात असताना आणखी तापत जातं

आणि त्याचं वायूमध्ये रुपांतर होतं. हे वायूच पेट घेतात आणि जळत राहतात. अर्थात ते वायू असल्यामुळं हलके असतात आणि कोणताही हलका पदार्थ काय करतो?'

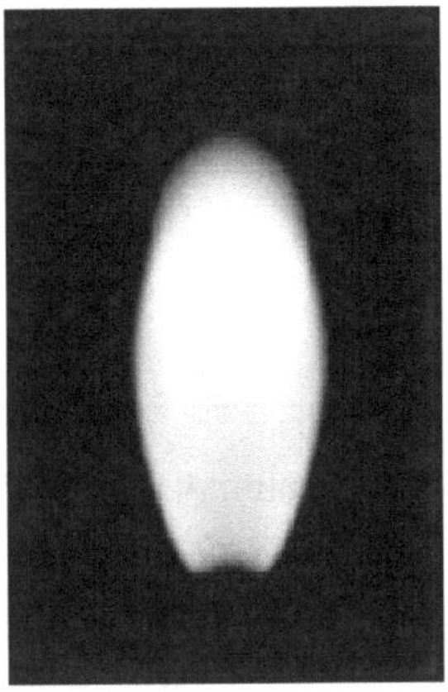

'आभाळाकडं उडत जातो.' त्यांना पुरतं सांगू न देताच ग्यानबा म्हणाला.

'बरोबर. म्हणून तर ते वायू वरवर जात राहतात. पण ते पेटलेले असल्यामुळं ज्वाळेच्या रुपात आपल्याला दिसतात. आणि आपल्याला वाटतं आग किंवा उष्णताच वरवर जात आहे. जात असतात ते वायू. जर वायुरुपात बदल न होता एखादा पदार्थ जळू लागला तर तो असा वरवर जाणार नाही. आगीतले कोळशाचे किंवा लाकडाचे निखारे पहा. तेही जळत असतात, त्यांचीही आग होते, पण ती वर जात नाही. तेव्हा वर जाणारी आग म्हणजे केवळ हलके वायूच असतात. आता समजलं की मी लबाड बोलत नव्हतो ते.'

'त्येबी समाजलं आन् तळपायाची आग डोस्क्यात का जाती, ते बी समाजलं. अवं ही डोस्क्यात राक घालून घेनारी मानसं म्हंजी नुसतीच हवा असल्याली असतात. ती तापली की ती हवा हलकी होती. आन् तशी जाली मंजी डोस्क्याकडंच धावत सुटनार की!'

आणि तसाच धावत ग्यानबा तिथून नाहीसा झाला.

◆

समूळ नायनाट

दादासाहेबांकडे त्या दिवशी ग्यानबा आला तो वैतागलेलाच होता. स्वत:शीच पुटपुटत होता. मधूनच हातवारे करत होता. आपण दादासाहेबांच्या घरी पोचलो आहोत, याचंही भान त्याला नव्हतं. म्हणूनच तर त्याच्या तोंडून शिव्यांच्या फैरी झडत होत्या. एरवी दादासाहेबांच्या समोर तो नेहमीच आपल्या तोंडाला लगाम घालत असे. शिवराळ भाषा त्याच्या तोंडून चुकूनही बाहेर पडत नसे. पण आता मात्र शिव्यांची लाखोली त्याच्या तोंडून वाहत होती.

'इचि भनं या काळपुतळीच्या. तिच्या मायला—'

'—अरे, अरे झालं काय इतकं रागवायला? कोणावर चिडला आहेस इतका?' त्याच्या शिव्या आपण ऐकल्याच नाहीत असं भासवत दादासाहेब म्हणाले.

त्या बरोबर जीभ हातभर लांब काढत ग्यानबा म्हणाला,

'न्हाय बा. तसं काय न्हाय. पर या काळुंद्रीनं लई कार आनलाय बगा.'

'कोण काळुंद्री? तुमची गाय की घरात शिरलेली कोणी चिचुंद्री?'

'नाय, नाय. आमची काळी गाय लई गुनाची हाय. लातसुदीक मारत न्हाय. पर आमच्या न्हाणीघरात आन् घरात समदीकडंच भितीवर ही काळुंद्री पाय पसरून बसाय लागलीय न्हवं. रोजच्याला कितीबी पुसा, कितीबी घासा, पुन्यांदा आपला संसार थाटाय येतीच बगा.'

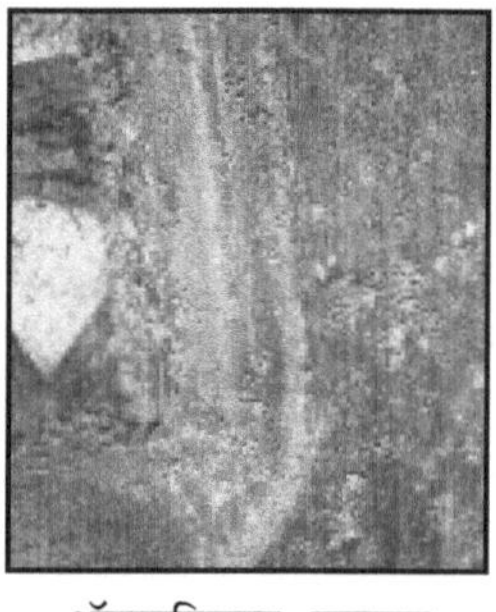

ॲस्परजिलस नायजर

'भिंतीवर काळुंद्री? म्हणजे मी नाही समजलो.'

'अवं ह्यो पाऊस सुरू जाल्यापासनं बगा, समद्या भितीवर आन् खास करून न्हानीघराच्या भितीवर, जालंच तर आमची आये शिजवती थतं आसलेल्या मोरीपासच्या भितीवर समदीकडं ह्यो काळ्या काळ्या रंगाचा लेप वाडत चाललाय. त्येच्यावरनं हात फिरविला तर हाताला लागून येतीय ती काळुंद्री. हात काळं

हिरवं व्हत्यात बगा. दररोजच्याला खसाखसा घासून त्यो काडून टाकऱ्याचं नवंच काम लागलंया पाटी. आन् तसं काडून टाकलं तरी दुसऱ्या दिसाला परत आपली त्येची वाड हायच. काय बी समजंना जालंय.'

'अस्सं, अस्सं! म्हणजे या पावसाच्या दिवसात भिंतीवर जो काळा थर जमतो त्याची गोष्ट करतो आहेस तर तू. अरे तो थर म्हणजे धुळीचा किंवा चिखलाचा थर असं वाटत असेल तुला, तर ते बरोबर नाही. ती एक प्रकारची बुरशी असते. आता तू पाव आणतोस का नाही त्या भिव्याच्या दुकानातून? तर तो पाव ताजा नसला, शिळा झाला की त्याच्यावर हिरव्या रंगाचे ठिपके उमटतात ना?'

ॲस्परजिलस नायजर

'व्हय, व्हय. तसं जालं की ती डबल रोटी नासली म्हून टाकूनच द्येतो न्हवं का? त्या ठिपक्यामंदी रोग आननारं कायी जंतू आसत्यात असं तुमीच सांगिटलं व्हतं की.'

'बरोबर. हे जंतू म्हणजे बुरशीच्या जातीचे असतात. या दिवसात सगळीकडे ओल असते, वातावरण दमट असतं त्याचा या बुरशीला आपली वाढ करायला फायदाच होत असतो. या ओलसर वातावरणात या बुरशींची जोमदार वाढ होत असते. रानात गेलास तर तिथं कुत्र्याच्या छत्र्याही उगवलेल्या दिसतात त्या याच दिवसात.'

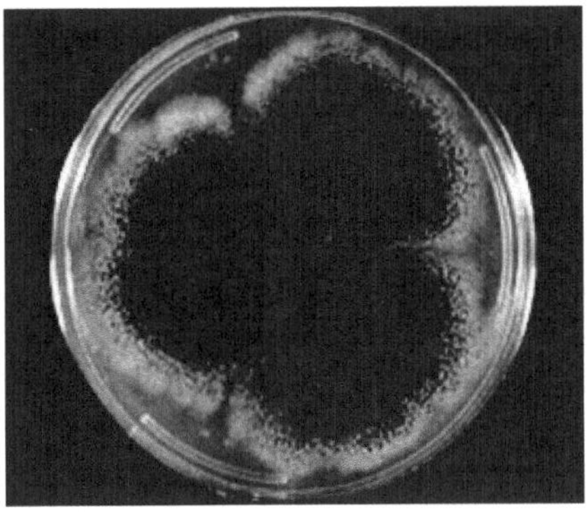

प्रयोगशाळेत वाढवलेले
ॲस्परजिलस नायजर

'पर त्या तर कायी लोक खात्यात की! मंडईत विकाया बी आसत्यात त्या.'

'बरोबर आहे. सगळ्याच अळंब्या बुरशीच्या जातीच्या असल्या तरी सगळ्याच बुरशी काही रोगाला कारणीभूत नसतात. या अळंब्यांमध्ये प्रथिनांचं प्रमाण जास्ती असतं. त्यामुळं त्या खाणं ताकद देणारंच असतं. पण काहीच अळंब्या अशा

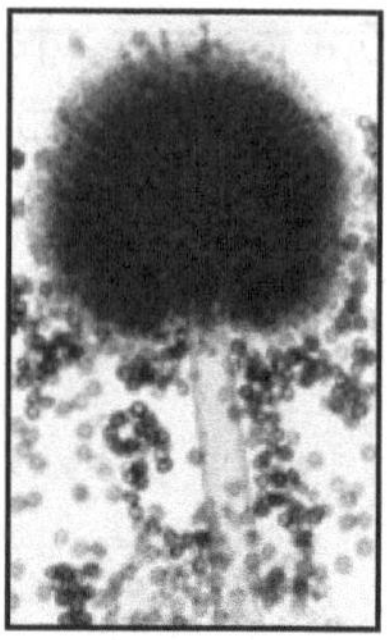

ॲस्परजिलस नायजर
एक पेशी

खाण्यालायक असतात. इतर सगळ्याच विषारी असतात. कोणत्या बिनविषारी आणि कोणत्या विषारी हे जाणकारच सांगू शकतील. तेव्हा रानावनातल्या कुत्र्याच्या छत्र्या खाण्याचा प्रयत्न करू नकोस. पण हे दुसरंच झालं. तर काय सांगत होतो की, या ओलसर दिवसात या बुरशींची वाढ जोरानं होत असते. विशेषत: न्हाणीघर, मोरी अशा जागी जिथं ओल जास्ती असते तिथं या चांगल्याच फोफावतात. भिंतीमध्ये असलेल्या सिमेंट, विटा यामध्ये काही खनिजं असतात. झालंच तर काही गवंडी यामध्ये सरसासारखे काही पदार्थही मिसळतात. त्यावर या बुरशी ताव मारतात. तुला भिंतीवर जो काळा काळा थर दिसतो तो या बुरशींच्या वाढणाऱ्या भागाचा असतो. कोणतंही झाड कसं जमिनीवर आपला पानाफुलांचा, फळांचा पसारा फुलवून बसलेलं असतं. पण त्याची मूळं मात्र आपल्या नजरेआड जमिनीत खोलवर गेलेली असतात. तशीच या बुरशींची गत असते. तुला भिंतीवर दिसतात ती त्याची फळंच असतात असं समजेनास. त्या गोल गोल 'फळां'मधूनच त्या बुरशींची वाढ होत असते. पण त्यांचा मुळांसारखा भाग भिंतीच्या आत गेलेला असतो. तू वरवरची ही फळं खरवडून काढलीस तरी ती मुळं आत शाबूत आहेत तोवर त्या बुरशीची परत वाढ होते. आणि मग भिंतीवर परत ती काळी फळं आपलं बस्तान बसवतात. त्यांना तू कितीही खरवडून काढलंस तरी जोवर मुळं घट्ट आहेत तोवर त्या बुरशीचा पक्का नायनाट होणार नाही. शेतात तणं वाढतात तेव्हाही अशीच गत होते ना?'

'व्हय जी! पर तन काडताना मुळासकट उपटता येतं. या बुरशीला कसं उपटावं गा?'

'त्यासाठीही काही औषधं आहेत. मी परवा शहरात जाणार आहे तेव्हा आणीन तुझ्यासाठी.'

'ह्ये ब्येस जालं. आता इचिभनं—' आणि परत एकदा आपण कुठं आहोत याची जाणीव होऊन ग्यानबानं जीभ चावली आणि ओशाळगत होत तो तिथून पसार झाला.

◆

गोफ दुहेरी

घरात ग्यानबा शिरला तो धावत धावतच. तो भलताच उत्तेजित झाला होता. आला तो दादासाहेबांच्या नावे हाका मारतच.

'दादासायब, अवो दादासायब. हायसा तरी कुटं तुमी?'

दादासाहेब दाढी करत होते. चेहऱ्यावरचा उरलेला साबण पंचानं पुसत पुसतच ते बाहेर आले.

'अरे इथंच तर आहे मी. दाढी करत होतो. तुझ्या हाका ऐकल्या मी. पण त्यांना उत्तर देत बसलो असतो तर कदाचित कुठंतरी कापलं असतं. म्हणून गप्पच राहिलो. पण तुला एवढं एक्साईट व्हायला झालं तरी काय?'

'काय व्हायला म्हनाला तुमी?'

'एक्साईट. म्हणजे तुला एवढं हरखून जायला काय झालं. एखादा चमत्कार पाहिल्यासारखा ओरडतो आहेस ते.'

'चेमत्कारच म्हनायचं न्हाय तर काय! लई गम्मत आलीय बगा. त्ये काय आबाळात भलं मोटं इंदरधनुष उगवलंय न्हवं का. लई मस्त दिसतंया बगा. चला तरी बिगी बिगी त्ये बगाया.'

'अच्छा! म्हणजे इंद्रधनुष्य पडलंय आकाशात. मग ते बघायला मज्जा येणारच. अरे तूच कशाला बालकवीही चांगलेच उत्साहित झाले होते इंद्रधनुष्य बघताना. म्हणूनच तर ते म्हणाले होते, 'वरती बघता इंद्रधनुचा गोफ दुहेरी विणलासे / मंगल तोरण काय बांधले नभोमंडपी जणू भासे.' बालकवींची ही कथा तर मग तू इतका उत्तेजित झालास तर नवल नाही.'

'अक्षी बरुबर बगा. आकाशाला तोरण बांदल्यावानीच दिसतंया. पर मला

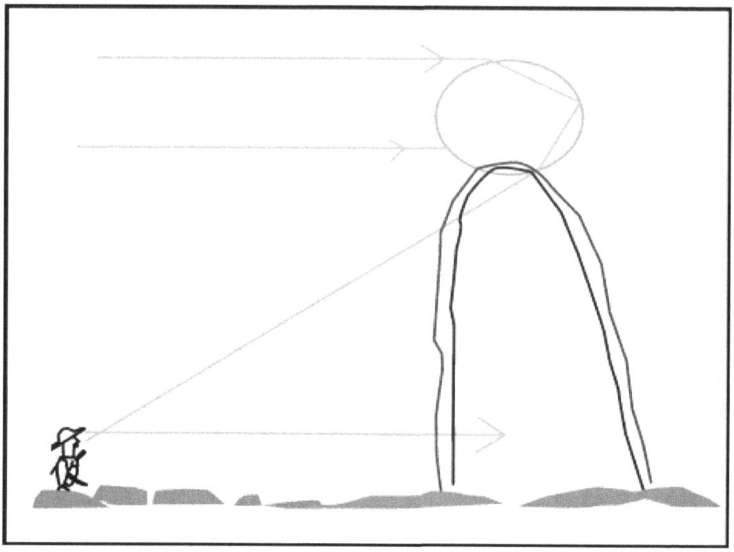

येक कळंना जालंय की सूर्याला पाट दाकवल्याबिगर त्ये आपल्या नजरंला का पडत न्हाय. सूर्याकडं तोंड करून उबं राह्यलं तर पार दिसत न्हाय. काय बी करा.'

'बरोबरच आहे ते. हे इंद्रधनुष्य कसं तयार होतं हे समजल्यावर तुला त्याचं आश्चर्य वाटणार नाही. मला एक सांग पाऊस नसताना कधी तुला इंद्रधनुष्य दिसलंय का?'

ग्यानबा थोडा विचारात पडला. डोकं खाजवत तो म्हणाला,

'मंजी तसा इचारच कंदी क्येला न्हवता. पर आता तुमी इचारतायसा तर न्हाय बा. दिवाळीच्या येळंला किंवा गुडीपाडव्याकडं कंदी इंदरधनुष भेटत नाय. खरं हाय. पाऊस असला तरच त्ये दिसतंया.'

'खरं ना! त्याचं कारण म्हणजे हवेत असे पावसाच्या पाण्याचे थेंब असतील तरच तुला इंद्रधनुष्य दिसेल. आपल्याकडे येणारा सूर्याचा प्रकाश आपल्याला पांढऱ्या रंगाचा दिसतो. पण तो सात रंगांचा मिळून बनलेला असतो. तानापिहिनिपाजा. म्हणजे, तांबडा, नारंगी, पिवळा, हिरवा, निळा, पारवा आणि जांभळा.'

'मंजी आटवडा कसा सात दिसांचा बनलेला असतो तसा?'

'तसं नाही. कारण आठवड्यातले सात दिवस कधी एकमेकात मिसळत नाहीत. पण गाण्याचे सात सूर असतात ना—'

'— मंजी त्ये सारेगामा—'

'तेच. ते कसे एकमेकात मिसळून जातात आणि मगच आपल्याला चांगलं

गाणं ऐकायला मिळतं. पण गवईबुवा गाण्यातले ते सात सूर वेगवेगळे ऐकू शकतात. तसाच हा प्रकाश सात रंग एकमेकांमध्ये मिसळून तयार झालेला असतो. खरं तर सात नाही तर कितीतरी वेगवेगळे रंग असतात. पण आपल्याला समजायला सात रंग पुरेसे आहेत. तर यातला प्रत्येक रंगाचा प्रकाश थोड्याफार वेगवेगळ्या वेगानं धावत असतो. तो जेव्हा काचेच्या मण्यातून किंवा पाण्याच्या थेंबामधून जातो तेव्हा त्या प्रकाशाचा वेग कमी होतो. पण वेगवेगळ्या

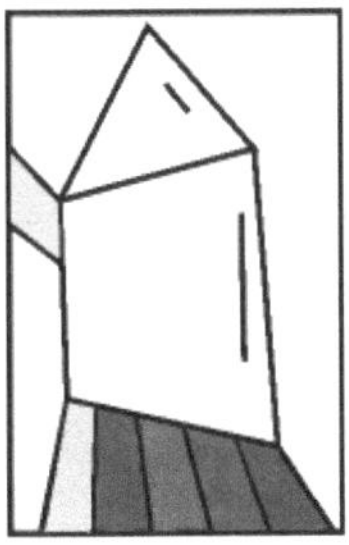

रंगांच्या प्रकाशाचा वेग एकसारखाच कमी होत नाही. प्रत्येकाच्या वेगाच्या कमी होण्यात अतिशय छोटासा फरक असतो. पण त्या फरकामुळे ते निरनिराळ्या रंगांचे प्रकाश पाण्याच्या थेंबातून पलीकडे जाताना वेगवेगळे होतात. त्यामुळं पाण्याच्या थेंबाच्या अलीकडे एकमेकात मिसळून गुण्यागोविंदानं राहणारे ते रंग पलीकडे जाईपर्यंत एकमेकांपासून अलग झालेले असतात. त्यामुळं ते वेगवेगळे दिसतात. जेव्हा प्रकाश हवेतून पाण्यात किंवा पाण्यातून परत हवेत अशा प्रकारे एका माध्यमातून दुसऱ्या माध्यमात जातो तेव्हा त्याच्या वेगामध्ये बदल होतो. हवेतून पाण्यात जाताना त्याच्या वेगात जवळजवळ पंचवीस टक्के घट होते. म्हणजे मूळच्या वेगापेक्षा तो पाऊणपटीनंच धावतो.'

'मंजी सलो व्हतो म्हना की. पर मला तर तसं कंदी भावलंच न्हाय बगा.'

'तसं तुला जाणवणारच नाही. कारण प्रकाशाचा वेग असतो सेकंदाला तीन लाख किलोमीटर, म्हणजेच तासाला एकशे आठ कोटी किलोमीटर.'

'अगा गागा 'स्वतःच्या तोंडावर पालथा हात मारत ग्यानबा म्हणाला.

'आणि तो त्याच्या पाऊणपट झाला तरी उरतो तासाला ऐंशी कोटी किलोमीटर. मग तुला तो कसा जाणवणार? तो जाणवेल तो असं पाण्याच्या थेंबाच्या पलीकडे पडलेल्या वेगवेगळ्या झालेल्या रंगांच्या पट्ट्यावरूनच. म्हणजेच इंद्रधनुष्यामधून. पाण्याच्या थेंबातून सूर्याचा प्रकाश पलीकडे गेल्याशिवाय हे रंग वेगवेगळे होत नाहीत. म्हणूनच तर तुला सूर्य तुझ्या पाठी आणि पावसाचे थेंब तुझ्या आसपास किंवा पुढ्यात असल्याशिवाय इंद्रधनुष्य दिसणार नाही. समजलं ना?'

'व्हय. पर सूर्याला पाठी न ठिवता एका बगलंला ठिवलं तरी दिसाया हव्हं ना? तसंच करून बगतो आन् मंग सांगतो.'

आणि यावर दादासाहेब काय म्हणतात याची वाट न पाहता तो पार निघूनही गेला.

◆

इंद्रधनुष्याचा पाठलाग

परत एकदा ग्यानबा उत्तेजित झाल्यासारखा दादासाहेबांना मोठमोठ्यानं हाका मारतच घरात शिरला. दादासाहेब पडवीतच वर्तमानपत्र वाचत बसले होते. पावसानं नुकतीच उघडीप दिली होती. आकाशात अजूनही ढग असले तरी त्यांच्यामधून सूर्याची किरणं डोकावण्याचा प्रयत्न करत होती. वातावरणात सुखद गारवा पसरलेला होता. मन प्रसन्न करणारंच वातावरण होतं ते.

आहे तिथंच बसून गरमगरम कॉफीचे घोट घेत काहीतरी वाचत पडावं, असंच दादासाहेबांना वाटत होतं. पण ग्यानबाच्या आवाजावरून ते काही साध्य होईलसं त्यांना वाटेना. ग्यानबा काहीतरी मजेशीर कल्पना मनात घेऊन आला असणार आणि तिचा पिच्छा पुरवल्याशिवाय तो आता राहणार नाही याची खात्री त्यांना पटली होती.

आणि झालंही तसंच. ग्यानबा आला तो दादासाहेबांना बाहेर चलण्याचा आग्रह करतच.

'चला, चला, बिगी बिगी. येळ करून चालनार न्हायी. त्ये थतं हाय तवरच पोचाया हवं थतं.'

'अरे पण कोण तिथं आहे? घाई कशासाठी करायची? काही सांगणार आहेस का नाही?'

'ते इंदरधनुष थतं हाये. तंवरच थतं पोचाया हवं.'

'अरे पण इंद्रधनुष्य पाह्यलंय मी. कितीतरी प्रकारची पाहिली आहेत. ते बघण्यासाठीच बोलावत असलास तर —'

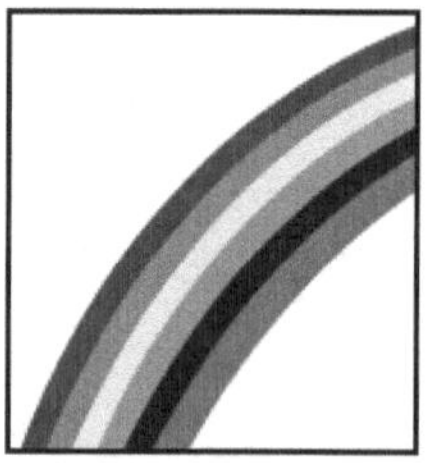

पण त्यांना आपलं म्हणणं पूर्ण करू न देताच घाई करत ग्यानबा म्हणाला,

'..... बगाया न्हाई, त्ये पकडाया जायचंय. त्येचं टोक त्या पांडबाच्या शेतात पडल्यालं दिसतंय मस्नी. तवा थतं जाऊन पकडाया व्होवं. चला बिगी बिगी.'

'अस्सं आहे होय! म्हणजे ते इंद्रधनुष्य उचलायचं

आहे तर तुला. पण ते तर शिवधनुष्य पेलण्यासारखंच होईल. माहिती आहे ना तुला शिवधनुष्याची कथा?'

'व्हय तर. तुमीच सांगिटल्याली हाय ती. त्ये धनुष्य कुना बी येरागबाळ्याला उचलता येत न्हाय. त्येच्यासाटी तसाच गब्रू वीर लागतोय.'

'पण हे इंद्रधनुष्य तर तुझ्या त्या गब्रू वीरालाही उचलात येणार नाही. कुणालाच ते पकडता येणार नाही.'

'मंग ह्यो पठ्ठ्या त्ये करून दाकिवनार हाय. त्या पांडबाच्या शेतात त्येचं एक

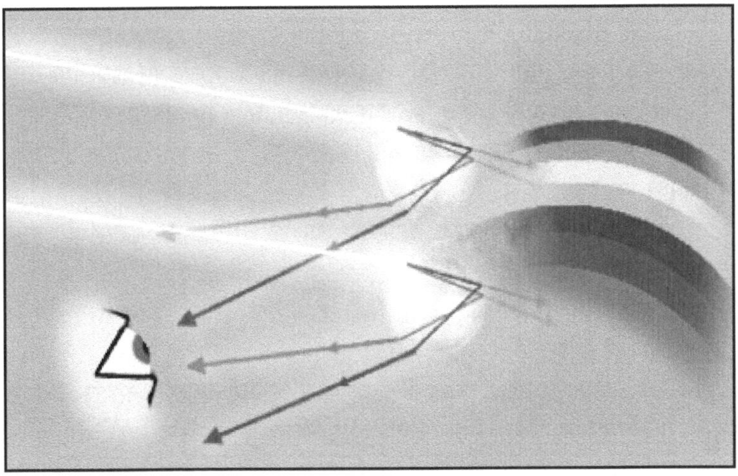

टोक पडलंया. थतं ग्येलो की धरलंच म्हून समजा.'

'तुला इथून ते पांडबाच्या शेतात पडल्यासारखं वाटलं तरी तिथं तू पोचलास की ते तितकंच दूर असल्यासारखं वाटेल. किंवा नाहीसं तरी होईल. '

'असं कसं म्हनताय तुमी?'

'त्याचं कारण तुला गेल्या वेळीच सांगितलंय मी. इंद्रधनुष्य कसं तयार होतं हे आठवतंय ना तुला?'

'व्हय तर. सूर्व्याचा प्रकाश पान्याच्या थेंबांमधनं पल्याड जातो तवा त्यातले ते रंग अलग व्हवून आपल्याला दिसत्यात. म्हून तर सूर्य आपल्या पाटी आन् पान्याचे थेंब आपल्या फुडं आसाय होवे.'

'बरोबर. आता तुला पांडबाच्या शेतात त्याची कडा पडलेली दिसते आहे. कारण सूर्य तुझ्या पाठी आहे आणि पाण्याचे थेंब तुझ्या आणि पांडबाच्या

शेताच्या मध्ये आहेत. पण तू जेव्हा पांडबाच्या शेतात पोचशील तेव्हा ते थेंबही तुझ्या पाठी जातील. आणि पांडबाच्या शेताजवळच्या हवेत असलेल्या थेंबांमधून सूर्याचा प्रकाश पलीकडे जाईल तेव्हाच तुला ते इंद्रधनुष्य दिसेल. म्हणजेच ते पांडबाच्या शेतापासून तितकंच दूर गेलेलं असेल. तू त्याच्या जवळ जाऊ पाहशील तर तेही तसंच तुझ्यापासून दूरदूर पळत जाताना दिसेल. तुला त्याच्याजवळ पोचणं शक्यच होणार नाही. क्षितीजाजवळ कधी कोणी पोचू शकत नाही तशातलाच हा प्रकार आहे. शिवाय कित्येक वेळा इथं धुवांधार पाऊस कोसळत असतो पण पांडबाच्या शेतात टिपूसही नसतो. असं होतं ना?'

'व्हय तर. कंदी थतं पाऊस पडताना दिसतो पर हितं शाप कोरडं आसतंया.'

'तसंच जर आता होत असेल तर तू जेव्हा पांडबाच्या शेतात जाशील तेव्हा तुझ्या आजूबाजूच्या हवेत पाण्याचे थेंबच असणार नाहीत. मग सूर्याच्या प्रकाशातल्या रंगांना वेगवेगळं होण्याची संधीच मिळणार नाही. ते तसेच एकमेकांमध्ये मिसळलेले राहतील. म्हणजेच इंद्रधनुष्य तयारच होणार नाही. तुला त्या शेतात दिसणारं इंद्रधनुष्य नाहीसं झालेलं असेल.'

'पर माज्यापाठी आसलेल्या थेंबांमधून त्यो प्रकाश पल्याड जाऊन इंद्रधनुष्य तयार जाल्यालं आसलंच की?'

दादासाहेबांना ग्यानबाच्या बुद्धीचं कौतुक वाटलं. त्याचा प्रश्न तसा योग्यच होता. क्षणभर थांबत ते म्हणाले,

'खरं आहे तुझं म्हणणं. पण ते तुझ्या पाठी कुठंतरी पडलेलं असेल. त्यामुळं तुला ते दिसणारच नाही. मग त्याला पकडण्याची तर गोष्टच नको.'

'पर आदी ते माझ्या फुडं व्हतं. आन् आता फाटी पडल्यालं हाय. मंजी म्या त्येच्यामधून चालत फुडं ग्येलेला आसनार न्हाय का?'

दादासाहेबांना बुचकळ्यात टाकत हसत हसत ग्यानबा तिथून निघून गेला.

◆

झोपेचे प्रकार

दादासाहेबांकडे यायला ग्यानबाला तसा उशीरच झाला होता. आज काही कामासाठी त्यानं वेळेवर यायचं कबूल केलं होतं. पण सकाळी त्याला वेळेवर जागच आली नाही. उशीरापर्यंत तो झोपून राहिला होता. आताही दादासाहेबांकडे आल्यावरही त्याला जांभया येत होत्या.

दादासाहेब त्याची वाटच पाहत होते. तो घराच्या पायऱ्या चढत असतानाच त्यांनी विचारलं,

'काय रे ग्यानबा, ही काय यायची वेळ झाली? किती उशीर झाला बघितलंस?'

'व्हय जी! वखुत जालाच बगा. मंजी काय जालं की म्या निजूनशानच ऱ्हायलो. जागच आली नाय बगा. ह्ये असंच व्हतंय. झोप काय आवरंनाच बगा. कितीबी निजूनशान ऱ्हायलं तरी त्ये कमीच वाटतंया.'

'तुला नेहमीच अशी जास्त झोप येते? की अलीकडेच असं व्हायला लागलं आहे?'

'न्हाय मंजी तशी मस्नी झोप जरा ज्यादाच येतीया बगा. आये सदा कावायची. उन्हं वर आली तर म्या आपला अतरुनातच. आता आयेला बी सवय जालीया बगा. ती कायी कावत न्हायी. न्हाय तर आज असा वखुत जाला नसता. पर मस्नी येक समजंना जालंय बगा. कायी कायी लोकांना तीनचार घंटं निजाय गावलं तरी ब्येस हुतं. त्यो मारत्या, पिटाच्या गिरनीवरचा, त्यो तर रातच्याला लय वखुत जाला जरी जागाच असतुया, पर फाटं पक्षी आरडाया लागत्यात त्येच्या पयलेच उटून अंगुळी करून तयार गडी. ह्ये असं कायी लोकान्ला तशी कमीची नीज आन् माज्यासारक्याला कितीबी निजलं तरी कमीच असं का आसतं?'

'अरे झोप प्रत्येकालाच हवी असते. आपल्या शरीराचं गाडं सुरळीत चालवणाऱ्या

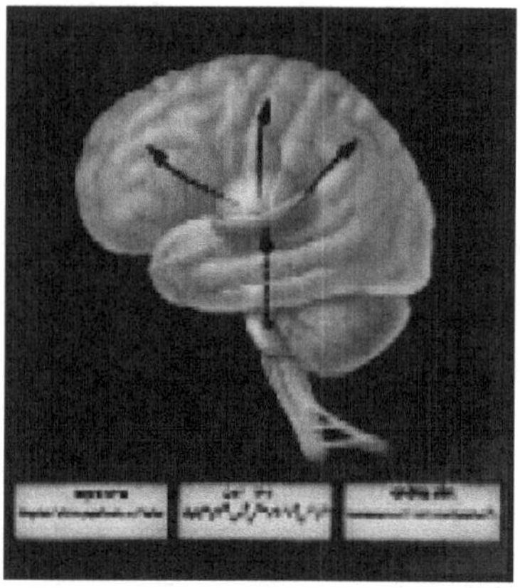

आपल्या मेंदूला विश्रांती कशी मिळणार नाही तर. तशी विश्रांती नाही मिळाली की त्यालाही थकवा येतो आणि मग त्याच्या कामातही ढिलाई दिसायला लागते. आपल्या अंगामध्ये मेलॅटॉनिन नावाच्या एका रसायनाचा पाझर होत असतो. याचं कामच मुळी झोप आणण्याचं असतं. आता काही जणांच्या अंगात हे थोड्या प्रमाणात पाझरतं तर काही जणांच्या अंगातला याचा प्रवाह जोमदार असतो. त्यानुसार झोपेच्या प्रमाणावरही तसा परिणाम होत असतो. पण त्याही पेक्षा महत्त्वाचं दुसरं कारण आहे. तुला आपण एकदा झोपतो आणि एकदा उठतो एवढंच माहिती आहे. आपल्याला झोपेच्या त्याच दोन टोकांची जाणीव होत असते. पण या दोन टोकांच्या मध्ये आपल्या झोपेमध्ये कितीतरी बदल होत असतात. सुरुवातीला आपली झोप अतिशय हलकी, सावध असते. त्यावेळी आसपास जरासाही आवाज झाला तरी आपण लगेच जागे होतो. पण त्यानंतर आपण गाढ झोपेत जातो. या काळात आपला मेंदू आपला श्वासोच्छ्वास, रक्ताचं अंगभर खेळवणं यासारख्या अतिशय आवश्यक अशा कामांव्यतिरिक्त दुसरं कसलंही काम करत नाही. आपले डोळे, कान, नाक, जीभ आणि कातडी ही पंचेंद्रियं अवतीभवतीच्या जगाविषयीची माहिती हरघडी आपल्या मेंदूकडे पाठवत असतात. तिथं तिचं विश्लेषण होऊन त्याचं सार मेंदूत साठवलं जातं. पण झोपेत मेंदूचं हे काम संपूर्णपणे बंद असतं. गाढ झोपेत तर इतरही काही कामं बंद असतात. पण मग गाढ झोपेतून आपण दुसऱ्या एका कालखंडात जातो. या काळात आपल्या

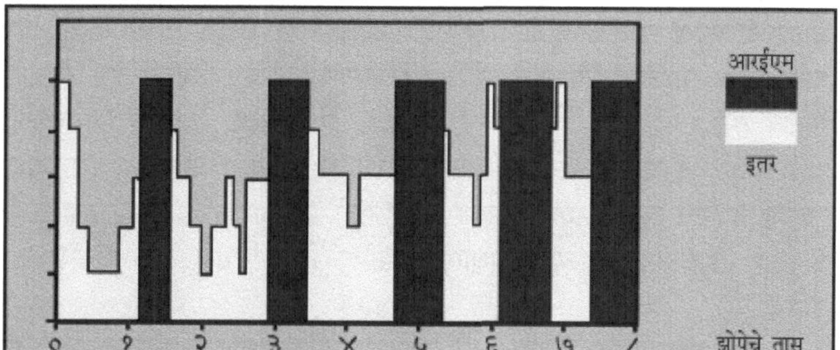

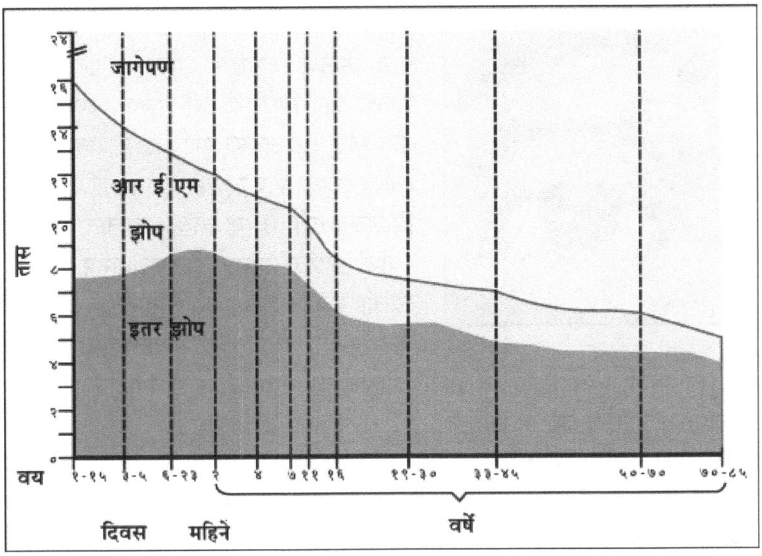

मिटलेल्या पापण्यांच्या आड आपले डोळे, म्हणजे आपली बुबुळं इकडे तिकडे अशी एकसारखी वेगानं फिरत राहतात. तू कसा भीम्याची वाट पाहत असताना तो वेळेवर आला नाही तर अस्वस्थ होऊन एकसारख्या इकडे तिकडे अशा येरझाऱ्या घालत राहतोस, तशी आपली बुबुळं अस्वस्थ होऊन एकसारखी वेगानं इकडे तिकडे फिरत राहतात. म्हणून तर झोपेतल्या या कालखंडाला रॅपिड आय मुव्हमेन्ट, आरईएम झोप असंच म्हणतात.'

'काय म्हनला? रापी आई? ह्यी कंची आये म्हनायची गा?'

'अरे आई नाही, आय. इंग्रजी शब्द आहे तो. म्हणजे डोळा. आपले डोळे मिटल्या पापण्यांच्या आत भिरीभिरी फिरत राहतात त्यालाच हे इंग्रजी नाव आहे. नाव सोड. पण या प्रकारच्या झोपेत आपल्याला स्वप्नं पडतात. त्यामुळं या झोपेत मेंदू संपूर्णपणे स्वस्थ नसतो. काही वेळ अशी झोप झाली की परत एकदा आपण गाढ झोपेत जातो. पण एका प्रकारच्या झोपेतून दुसऱ्या प्रकारात जातानाचा मधला काळ एका तिसऱ्याच प्रकारचा असतो. या काळातही आपली झोप जरा सावधच असते. गाढ झोप, ही सावध झोप आणि आरईएम झोप हे तीन प्रकार मिळून एक चक्र पूर्ण होतं. आपल्या संपूर्ण झोपेच्या काळात अशी पाच सहा चक्रं तरी होत असतात. आता काही जणांना गाढ झोपेतून आरईएम झोपेत जाताना किंवा उलट प्रवास करतानाची मधली सावध झोप थोडा वेळ मिळाली तरी पुरते.

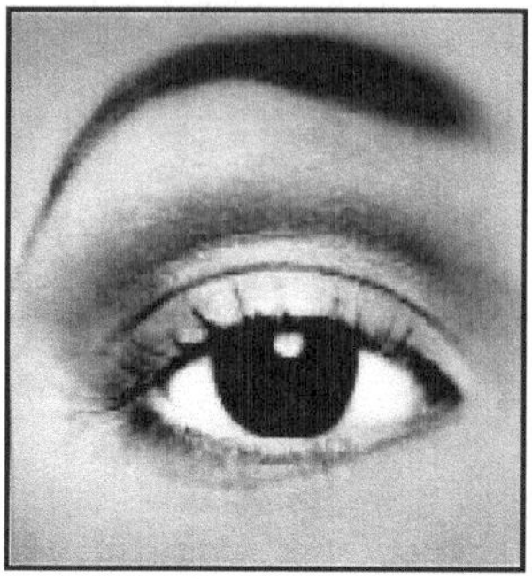

उलट काही जणांना ही सावध झोप बराच वेळ मिळणं जरूरीचं असतं. ज्यांना कमी सावध झोप मिळाली तरी चालते, त्यांची ही पाच सहा चक्रं लवकर पूर्ण होतात. साहजिकच त्यांची एकूण झोप लवकर संपते आणि तेवढी मिळाली तरी ते ताजेतवाने होतात. उलट ज्यांना जास्त सावध झोपेची गरज असते त्यांची एकूण झोप पुरी व्हायलाही जास्ती वेळ लागतो. तेवढा मिळाल्याशिवाय त्यांच्या मेंदूला पुरेशी विश्रांती मिळत नाही. साहजिकच तेवढी विश्रांती मिळाल्याशिवाय त्यांना ताजंतवानं वाटत नाही.'

'मायला, आचिरच हाय! नीजंचंबी परकार मंजी घोळच हाय समदा. सपान पडतं ती झोप वायली आन् फटाकं फुटलं तरी फुटत न्हाई ती झोप वायली. त्येंच्या मंदी परत आपली एक वायली झोप हायच. छ्या! ह्ये लचाण सामाळत बसलं तर मंग नीजच कशी यायची गा?'

स्वत:शीच पुटपुटत ग्यानबा तिथून निघून गेला. आपल्याला दादासाहेबांनी काही कामासाठी बोलावलं होतं, याचंही भान त्याला राहिलं नाही. आणि त्याच्या त्या गंमतीदार निरीक्षणानं अचंबित झालेल्या दादासाहेबांनाही.

◆

काळे आणि पांढरे

स्नान करून दादासाहेब बाहेर आले. हातातल्या टर्किश टॉवेलनं त्यांनी आपलं डोकं खसाखसा पुसलं. पण केसातली ओल काही संपूर्ण नाहीशी झाली नाही. त्याच स्थितीत त्यांनी केस विंचरायला सुरुवात केली. आरशात पाहून ते भांग पाडू लागले. तेवढ्यात ग्यानबा तिथं येऊन धडकला.

तो आल्याचं आरशात पाहूनच दादासाहेबांना समजलं. त्याची दखल घेत ते म्हणाले,

'ये, ये, ग्यानबा. बैस.'

पण तिथल्या आरामशीर सोफ्यावर न बसता ग्यानबा त्यांच्याजवळ गेला आणि त्यांच्याकडे निरखून पाहू लागला. दादासाहेबांना त्याचं ते पाहणं विचित्र वाटलं. ओळखीच्या व्यक्तिनंही असं आपल्याकडे टक लावून पाहण्यानं माणसाला अवघडल्यासारखं होतं. त्यात ग्यानबानं असं पाहणं म्हणजे त्याच्या मनात काही तरी प्रचंड खळबळ माजली असल्याचं चिन्ह होतं. तोवर दादासाहेबांचा भांगही पाडून झाला होता. त्यामुळं कंगवा पुसत त्यांनी ग्यानबाकडे मोहरा वळवत विचारलं,

'काय रे काय झालं? असा बघत काय राहिला आहेस माझ्याकडे? आज काय पहिल्यांदाच बघतो आहेस की काय मला?'

'तसं न्हवं. पर दादासायब तुमी कलाप कवापासून लावाया लागला?'

'कलाप?' न समजून

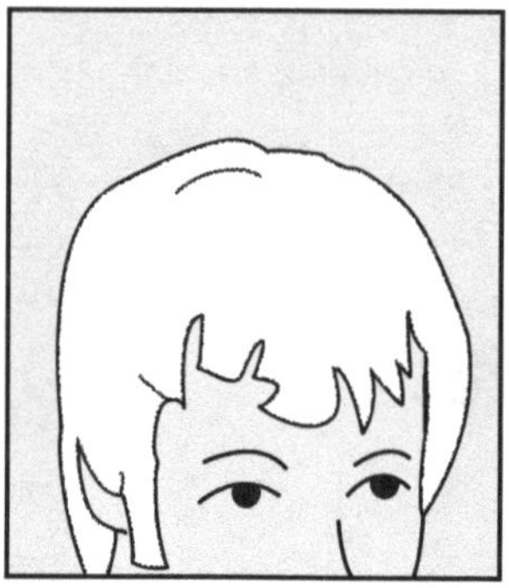

गोंधळल्यासारख्या सुरात दादासाहेबांनी विचारलं.

'म्हंजी ते क्यासाला लावत्यात त्ये? क्यास रातीच्या अंदारावानी काळंशार दिसावं म्हून लावत्यात त्ये हो.'

'अच्छा, अच्छा! कलप म्हणतोस होय? पांढरे केस लपवण्यासाठी, त्यांचा रंग काळाभोर करण्यासाठी कलप लावतात खरा.'

'त्येच म्हनतो मी. तुमी मस्नी सदा न् कदा असं लपूनछपून काय बी करू ने म्हून सांगता. आनि तुमीच आता अशी दडपादडपी कशी काय सुरू केली म्हनतो म्या.'

'अरे पण मी अशी लपवाछपवी केली, हा भ्रम आहे तुझा. मी तुला वाटतो तसं केसांना कलप लावत नाही.'

' अजाबात लावत न्हाई?'

'अजिबात नाही. पण तुझा तसा समज का व्हावा?'

'मंग तुमच्या डोईवरचं एरवी पांडरंधोप असनारं क्येस आताच थोडथोडं काळं कसं काय दिसत्यात?'

'अच्छा! म्हणजे माझ्या डोक्यावरचे केस आता तुला काळे दिसताहेत तर! त्यांचं कारण जाणून घ्यायचंय तुला? पण ते मी तुला सांगणार नाही. तुझ्याकडूनच ते समजून घेणार आहे.'

'आत्ता वो! क्यास तुमचं काळं आणि त्ये कसं जालं, ह्ये म्या सांगायचं? ह्यो बरा न्याव हाय.'

'मला सांग आता पाऊस पडेल का?'

'छ्या, छ्या. आज वो कुटला पाऊस? आत्ता तर वैसाक चालू हाय. वैसाकात कुटला पाऊस. हां, मंजी तसा कवा कवा वळीव कोसळतो. पर कंदीमंदीच. आन् आज तर अजाबात पावसाचा ठिकाना नाय.'

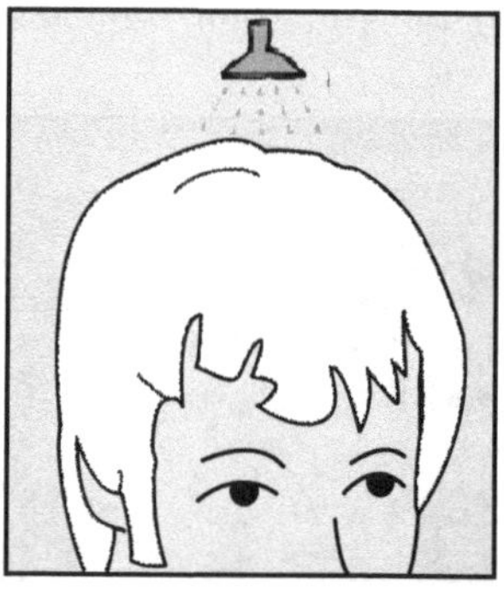

'हे तू एवढ्या खात्रीपूर्वक कसं काय सांगू शकतोस?'

' लई सोप्पं हाय. फकस्त आभाळाकडं नजर फिरवा.'

'का? आकाशात ढग नाहीत की काय?'

‘ढग म्वाप हायती. पर समदे कापसावानी फांडरेफेक. एकबी काळा ढग नाय औषीदाला.’

‘म्हणजे काळे ढग असतील तरच पाऊस पडण्याची शक्यता असते. तर.’

‘तर वो! काळे ढग असले की कसं अंदारून येतं. आन् मगंच पावसाची रिपरिप सुरू व्हते.’

‘पण पावसाचे ढग काळेच का असतात, याचा विचार केला आहेस का कधी? पांढरे ढग पावसाचे का नसतात? त्यांच्यात आणि काळ्या ढगांमध्ये नेमका कोणता फरक असतो? विचार कर. काळे ढग पाऊस आणतात म्हणजे त्यांच्यात पाणी असायला हवं, खरं ना? तर काळ्या ढगांमध्ये बाष्पाच्या रुपात पाणी असतं. ओलावा असतो. आपल्याला ढग दिसतात, कारण सूर्याचे किरण त्या ढगांमधून पार पडून आपल्यापर्यंत पोचतात. किंवा खरं तर त्यांच्यावर आपटून उलट फिरतात आणि आपल्या डोळ्यांपर्यंत पोचतात. जेव्हा ते पांढऱ्या ढगांवर पडतात तेव्हा ते सहजगत्या उलटे फिरतात. त्यामुळं त्या सूर्यप्रकाशातले सगळे रंग एकसाथ आपल्या डोळ्याच्या पडद्यावर पडतात. त्या सगळ्या रंगांचा एकसाथ पांढरा रंग होतो. त्यामुळं ते ढग आपल्याला पांढरे दिसतात. पण त्याच ढगांमध्ये जेव्हा पाणी असतं, तेव्हा त्या पाण्याच्या रेणूंकडून हे किरण इतस्ततः विखुरले तरी जातात किंवा त्यांच्याकडून ते शोषले तरी जातात. काहीही झालं तरी त्यामुळं ते आपल्या डोळ्यांपर्यंत पोचू शकत नाहीत. साहजिकच ते आपल्याला काळे दिसतात. मी आताच आंघोळ करून आलो. त्यामुळं माझ्या केसांमध्येही थोडंसं पाणी शिल्लक राहिलं आहे. कितीही पुसलं तरी ते पाणी संपूर्णपणे जात नाही. त्यामुळं माझ्या पांढऱ्या केसातलं ते पाणी काही प्रमाणात त्यावर पडलेला सूर्यप्रकाश शोषून घेतात. म्हणून तुला ते काळे दिसतात. केस संपूर्णपणे वाळले, की त्यातलं पाणी साफ निघून जाईल आणि मग ते परत पांढरे दिसायला लागतील.’

‘मंग आता आमच्या ढवळ्या बैलालाबी असंच भिजिवतो म्हंजी त्योबी कपिला गायीवानी काळाढुस्स दिसायला लागंल, ह्येच कराया होवं.’ असं स्वतःशीच पुटपुटत ग्यानबाची स्वारी तिथून प्रस्थान करती झाली.

◆

उकिरड्यावरची दुर्गंधी

हाश्श हुश्श करत ग्यानबा दादासाहेबांच्या दिवाणखान्यात येऊन बसला. पण सोफ्यावर न बसता तो जमिनीवरच जेठा मारून बसला. ग्यानबाच्या विक्षिप्तपणाची सवय झालेल्या दादासाहेबांनी त्याबद्दल त्याला छेडलं नाही. पण त्याला ते म्हणालेच,

'अरे आहेस कुठं बाबा तू? कुठं गायब झाला होतास? तुझे वडील तुला शोधून शोधून दमले. ते आले होते इथं तुझी चौकशी करत.'

'बा? हितं आलता? काय म्हनत व्हता?'

'अरे काय म्हणणार! तुझा घरी पत्ता नाही म्हणून तुझी आई काळजीत पडलीय. तिच्या जिवाला घोर लागलेला बघून तुझे वडील तुला शोधायला बाहेर पडले. पण त्यांनाही तू कुठं सापडला नाहीस. वणवण करत इथं आल्यावरही तू सापडला नाहीस. तेव्हा काय म्हणाले ते ऐकायचंय तुला?'

'सांगा, सांगून टाका काय म्हनला बा त्ये..'

ते म्हणाले, 'कुठं उकिरडे फुंकायला गेलाय काही कळत नाही.'

'बरूबर! अक्षी बरूबर!'

'काय बरोबर?' गोंधळून दादासाहेबांनी विचारलं.

'बानं माजा ठावठिकाना अक्षी बरूबर वळकला बगा. उकिरडेच फुंकाया न्हवं पर हुंगाया गेलतो बगा.'

'अरे काय सांगतोस काय? खरोखरच तू उकिरडे फुंकायला, आय मीन उकिरड्यांचा वास घ्यायला गेला होतास?'

'व्हय जी. गळ्याच्यान म्या त्येच करीत व्हतो आज सकाळपासनं.'

'अरे पण कशाकरता हा नसता उद्योग? कशाला त्या घाणीत जायचं?'

'पर तुमीच सांगता न्हवं की चांगलं वाईट असं कायीच नसतं. मानूस त्येला तसं करत असतो. आन् तुमीच सांगता न्हवं की या दुनवेतल्या समद्या गोष्टींचं ग्यान करून घ्येया होवं. त्ये तसं का ह्ये समजून घ्याया होवं. मंग त्येच तर करीत व्हतो. आता मस्नी सांगा की समदे उकिरडे सारकेच असतात का?'

'सारखे म्हणजे?'

'म्हंजी समद्यामंदी घानच आसती. पर त्या घानीघानीमंदी बी फरक आसतोच की! कुटं नुसताच कागदाच्या चिटोऱ्याचा कचरा आसतुया. कुटं कडबा टाकलेला आसतोय. कुटं घरातलं उष्टं शिळंपाकं टाकलेलं आसतंय. त्यातबी कुटं कोरडा भाकरतुकडा आसतोय तर कुटं वलं कोरड्यास आसतंय. तर आनकी कुटं श्यान बी आसतंय. पर मंग समद्या उकिरड्यांचा वास येकसारकाच कसा येतो?'

'अस्सं, अस्सं! ही बाब तुला छळत होती होय. पण तुझं म्हणणं तसं संपूर्णपणे खरं नाही. उकिरड्यावरच्या काही काही टाकाऊ पदार्थांचा वास तसा तीव्र असतो आणि तोच मग त्या उकिरड्यावर प्रभावी ठरतो. उदाहरणार्थ, जिथं भरपूर शेण किंवा सोनखत पडलेलं आहे तिथं त्याचा वासच इतर सर्व दुर्गंधीवर मात करून तुमच्या नाकात शिरतो. मासळी कापून शिजवण्यासाठी नीट केली की त्याचा टाकलेला भाग त्याच्या विशिष्ट दुर्गंधीनं आसमंत माखून टाकतो. त्याचाच माग घेत तर मग आजूबाजूची मांजरं तिथं गर्दी करतात. पण

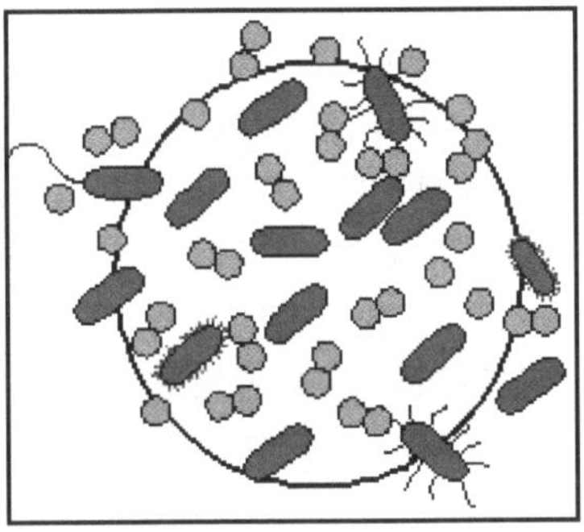

तुझं म्हणणं तसं थोडंफार खरंही आहे. त्याचं कारण मात्र वेगळं आहे. कारण त्या उकिरड्यावर जी दुर्गंधी पसरते ती तिथं टाकून दिलेल्या कचऱ्याची किंवा उष्ट्याची नसते. तर त्या पदार्थांवर ताव मारणाऱ्या आणि त्या पदार्थांचा नाश करणाऱ्या सूक्ष्मजीवांची म्हणजेच जीवाणूंची असते. हे जीवाणू या टाकाऊ मालातल्या सेंद्रिय पदार्थांवर आपली गुजराण करत वाढत असतात. त्यापैकी काही जीवाणू काही वायू बाहेर हवेत टाकूनही देत असतात. हवेत सोडलेले हे वायू आपल्या विशिष्ट वासानं मग तो आसमंत

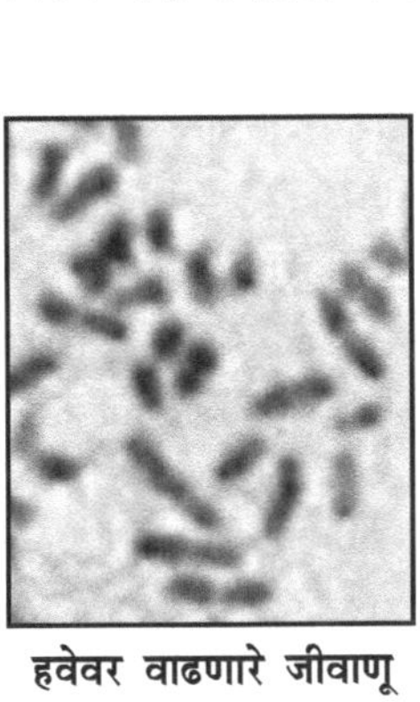

हवेवर वाढणारे जीवाणू

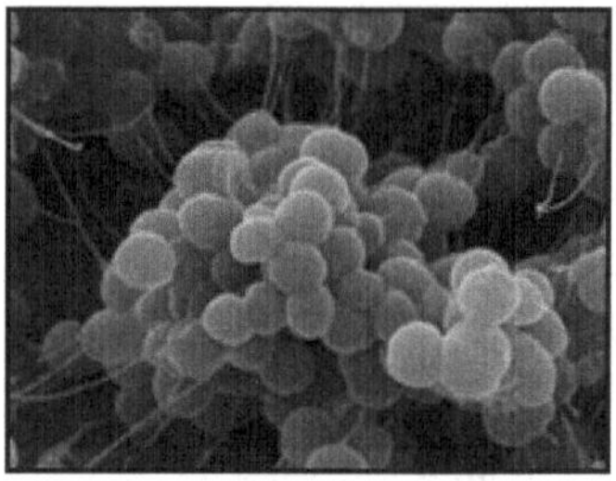

स्टॅफायलोकॉकस रोगजंतू

भरून टाकतात. हे जीवाणू आपल्या खाण्याच्या बाबतीत तसा विधिनिषेध पाळत नाहीत. कोणत्याही सेंद्रिय पदार्थांवर ते तुटून पडत असतात. तसं होतं म्हणून तर या सेंद्रिय पदार्थांचं विघटन होत असतं. त्याचे तुकडे पडत असतात. त्यामुळं एक तर त्या पदार्थांचा निचरा होण्यास मदत होते. त्याचबरोबर त्या विघटनामुळं परत मूलभूत घटक पदार्थांची निर्मिती होते आणि त्यांचाच वापर करून नवीन जीवाची पायाभरणी करता येते. आता जो जीवाणू त्या कचऱ्यावर वाढतो त्याचाच वास तिथं येतो. तो काय खातो किंवा कोणत्या पदार्थावर आपली गुजराण करतो याला महत्त्व नसतं. प्रयोगशाळेत योग्य ते पोषण देऊन वाढवलेली बुरशी असो की मोरीतल्या ओलसर जागेवर वाढणारी बुरशी असो, तिचा वास सारखाच असतो. आणि म्हणूनच त्या उकिरड्यावर कोणता पदार्थ आहे याला महत्त्व नसून त्या टाकाऊ पदार्थांवर कोणते सूक्ष्म जीव, जंतू आपला संसार थाटून आहेत यावर त्या उकिरड्यावर कोणत्या दुर्गंधीचं साम्राज्य आहे हे अवलंबून असतं. म्हणूनच सर्वत्र सारखीच दुर्गंधी वास करून असते. पण या सूक्ष्मजीवांमध्येच काही जीवघेणे जीवाणूही वाढत असतात. काही ठिकाणी गाठीच्या प्लेगला कारणीभूत असणारे पाश्चुरेला पेस्टिस सारखे रोगजंतूही आढळलेले आहेत. तेव्हा सांभाळून. उगीचच या उकिरड्यांचा जोरानं वास घेऊ नकोस. नाहीतर हे रोगजंतू तुझ्या नाकावाटे तुझ्या शरीरात शिरायचे आणि त्या शरीराचा उकिरडा करून टाकायचे. काय?'

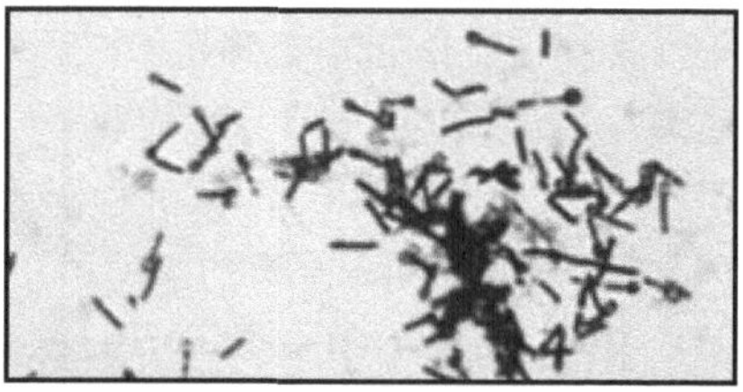

धनुर्वाताचे रोगजंतू

'समाजलं, समाजलं. आता याफुडं उकिरडा दिसला की जाळूनच टाकतो. बगतोच ते रोगजंतू कसं आपलं घर करतात त्ये.'

◆

नको असलेले पाहुणे

दादासाहेब न्याहारी करत बसले होते तोच ग्यानबा नेहमीप्रमाणे वावटळ आल्यासारखा त्यांच्या घरात शिरला. त्याला पाहताच दादासाहेबांनी त्यालाही आपल्याबरोबर न्याहारीसाठी बसायला सांगितलं. त्याबरोबर धसमुसळेपणानं समोरची प्लेट ओढून घेत तो तिथंच बसला. पण समोरच्या अन्नाला तो हात लावण्यापूर्वीच दादासाहेबांनी त्याला हटकलं.

'अरे सबूर, सबूर. बाहेरून आला आहेस. कुठं कुठं गेला होतास कोण जाणे! मागच्या सारखा उकिरडे धुंडाळायला—'

'—न्हाय, न्हाय.' त्यांना मध्येच अडवत ग्यानबा म्हणाला, 'तुमी त्या रोगाच्या जंतूचं सांगितल्यापासून त्या वाटंला ग्येल्यालोच न्हाय म्या. म्हंजी जातो पर त्या उकिरड्यावर त्यो जंतू मारायचा दवा टाकायला. आन् उकिरडा बी उगीचच माजनार नाय याची बी दखल घ्याया सांगतो मी समद्यांस्नी.'

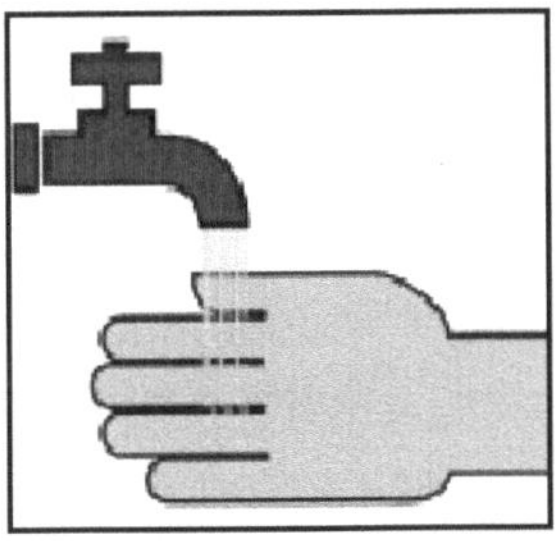

'ते चांगलंच करतोस. तरीही खायला बसण्यापूर्वी हात स्वच्छ धुवावे साबण लावून.'

'त्ये कशापायी? उकिरड्यावर आसतात जंतू. त्येच्याकडं फिराकलं नाय तर कशापायी त्येचा तरास व्हईल? आन् तुमच्या त्या साबनात काय जंतू मारायची दवा आसती का काय?'

'अरे रोगजंतू काही फक्त उकिरड्यावरच नसतात. ते यत्रतत्रसर्वत्र असतात.'

'काय? काय? काय म्हनालात? ते जत्रजत्रं काय? म्हंजी जत्रंच्या ठिकानीबी आसतात की काय?'

'अरे जत्रेच्या ठिकाणी तर हमखास असतात.' हसत हसत दादा म्हणाले, 'पण मी म्हणालो होतो यत्रतत्रसर्वत्र. म्हणजे इकडे तिकडे चोहीकडे. सगळीकडेच हे रोगजंतू दबा धरून बसलेले असतात. पाण्यात असतात. जमिनीवर असतात.

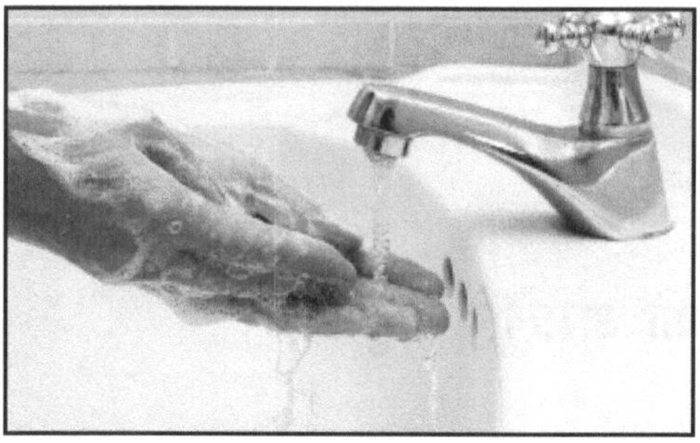

जिच्याशिवाय आपण जगू शकत नाही अशा हवेतही असतात. त्यामुळं ते सतत आपल्या अंगावर बसत असतात. आपल्या अंगातून बाहेर पडणारा घाम, थुंकी, लघवी, विष्ठा यासारख्या पदार्थांचे कण जर अंगावर तसेच राहिले तर त्यांच्यावर फन्ना मारून तिथंच आपली वस्ती करायला या रोगजंतूंना सोपं जातं. म्हणून तर अशा प्रकारच्या या रोगजंतूंच्या फोफावण्याला मदत करणाऱ्या, आपल्याच अंगातून बाहेर पडणाऱ्या टाकाऊ पदार्थांना तिथं थारा मिळणार नाही अशी व्यवस्था करणं आवश्यक असतं. त्यासाठीच तर स्वच्छतेचा आग्रह धरला जातो. ही स्वच्छता जशी आपल्या शरीराची ठेवायची असते तशीच आपल्या परिसराचीही ठेवायची असते. शरीर स्वच्छ ठेवण्यासाठीच ते धुणं आवश्यक असतं. तसं केल्यानं या टाकाऊ पदार्थांचे कण अंगावरून दूर केले जातात.'

'पर तसं त्यांना अंगावरनं हाकलन्यापूर्वीच काई जंतू तिथं जाऊन बसल्याले आसतील तर?'

'तेही खरंच आहे. कारण आपण काही चोवीस तास अंग धूत बसत नाही. शिवाय कामानिमित्त आपल्याला धुळीत जावं लागतं. अनेक प्रकारची घाण पडलेल्या रस्त्यांवरून जावं लागतं. जंतूंनी भरलेली हवा नाकावाटे आत ओढून घ्यावी लागते. जंतूंनी भरलेल्या वस्तू हाताळाव्या लागतात. त्यामुळं हे जंतू आपल्या शरीरावर निरनिराळ्या ठिकाणी बसलेले असतातच. त्यांचा बंदोबस्त करणं आवश्यक असतंच.'

'आन् त्यो बंदूबस्त साबन करतो असंच न्हवं? म्हंजी साबनात त्या जंतूंना मारून टाकन्याची शक्ती हाय म्हना की?'

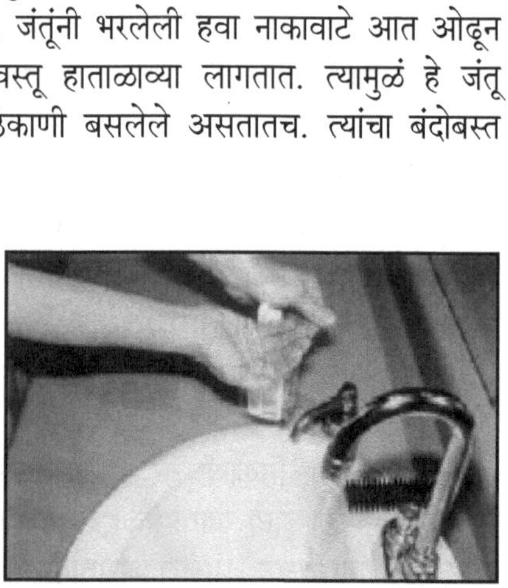

'नाही. तू म्हणतोस तसा साबण या जीवाणूंना मारून टाकत नाही. पण आपल्या हातांवरून त्यांची हकालपट्टी करण्याची

कामगिरी मात्र साबणाकडून बजावली जाते. आपल्या हातांवरच्या कातडीच्या वळकट्यांमध्ये काही मृत पेशींची कलेवरं, सुकून गेलेला घाम, काही जीवाणू, कातडीखालच्या गाठींमधून पाझरलेले काही तेलासारखे पदार्थ तसंच धूळ असते. साबण या सर्व मिश्रणाबरोबर प्रक्रिया करून त्यांचा एकच लेप तयार करतो. हा लेप त्या हातावर धरलेल्या पाण्याच्या धारेबरोबर वाहून जातो. त्यातून मग ते जीवाणूही बाहेर टाकले जातात. आपल्या हातांवर ते तसेच राहिले तर आपल्या पोटात त्यांचा शिरकाव होण्याची शक्यता असते. त्यामुळं त्यांना हातावरून हाकलून दिलं गेलं की आपलं काम साधतं. त्यासाठी त्या जीवाणूंना मारूनच टाकलं पाहिजे असं नाही. आता काही खास साबणांमध्ये तशी जंतूनाशकं म्हणजेच ॲन्टिसेप्टिक औषधं असतात. ज्यांना कातडीचे काही रोग झालेले असतात त्यांना या प्रकारचा साबू वापरणं अत्यावश्यक ठरतं. कारण त्यांच्या कातडीवर ठाण मांडून बसलेल्या जीवाणूंना मारून टाकल्याशिवाय त्यांची त्या रोगातून सुटका होत नाही. इतरांना मात्र तशा खास साबणांची गरज असतेच असं नाही. नेहमीचा साधा साबण वापरला तरी स्वच्छतेसाठी तो तितकाच उपयोगी पडतो.'

'म्हंजी नको असलेल्या पाहुण्याचा मुक्काम वाढला नाही म्हंजी जालं. त्येच्यासाठी त्येच्या जीवावरच उठाया नगं, असंच म्हना की!'

◆

...म्येंढरं बरी!

तिन्हीसांजेची वेळ होती. संधिप्रकाश अजून रेंगाळत होता. त्यामुळे अंधार पूर्णपणे आपला अंमल प्रस्थापित करू शकलेला नव्हता. गाईगुरं आपल्या गोठ्यांकडे परतली होती. दादासाहेब आपल्या पडवीत त्या कातरवेळच्या वाऱ्याच्या मंद झुळुकीचा आस्वाद घेत बसले होते. इतक्यात ग्यानबा आला. तो धापा टाकीत होता. एरवी दादासाहेबांनी सांगूनही न बसणारा ग्यानबा आज आल्याआल्याच फतकल मारून बसला होता. बराच थकल्यासारखाही वाटत होता. आज त्याला बरंच काम पडलं असावं असा अंदाज करत दादासाहेब गप्पच राहिले. आपणहून तो काहीतरी बोलेल या अपेक्षेनं ते वाट पाहत राहिले.

त्यांना जास्ती वेळ वाट पाहत राहावं लागलं नाही. थोड्याच वेळात ग्यानबानं आपलं तोंड उघडलं. पण काही विचारण्या किंवा सांगण्याऐवजी त्यानं तोंडातून एक इरसाल शिवी हासडली आणि तो म्हणाला,

'इचिभनं या म्येंढराच्या!'

'काय झालं रे?' त्याच्या शिवीकडे दुर्लक्ष करत दादासाहेबांनी विचारलं.

त्याबरोबर आपल्याच तंद्रीत असलेला ग्यानबा भानावर आला. आपण कुठं आहोत हे ध्यानात येऊन त्यानं जीभ चावली आणि तो म्हणाला,

'ही म्येंढरं वो! लईच कार आनत्यात बगा. येकदम बिनडोक. टकुरंच नसतं त्येस्नी. कायबाय इचार न करता मान्सं वागली की आपुन म्हन्तो ना की काय म्येंढरावानी कराय लागलाय, त्ये खरंच हाय बगा.'

'अरे पण झालं तरी काय असं की आज तू मुक्या मेंढरांवर एवढा घसरला आहेस? त्यांनी काय केलं की तू असा वैतागला आहेस?'

'काय सांगायचं दादा! आता मी माजी गुरं घेऊन जातो थतंच तालुक्याच्या

गावाला जायचा रस्ता हाय का नाय? तर कंदी कंदी गुरं, म्येंढरं या रस्त्यावर बी जात्यात. आता तशी त्या रस्त्यावर काय जादा रहदारी नाय. पर अदनंमदनं एकांदी गाडी, टरक जाती. थतनं तसा रस्ता बी फार चांगला नसल्याकारनानं गाड्याबी काय फास जात न्हायती. पर अशीच गाडी आली आन् आमचं गुरु आसलं मंदी की पंचावीत होती बगा.'

'अरे होणारच. गाडीला जायला मोकळीक मिळाली नाही, तुझी गुरं त्यांच्या आड आली की पंचाईत होणारच. मग बाजूला हाकलायचं त्या गुरांना. तेच तर काम आहे तुझं.'

'तुमी म्हनतायसा ते खरंच हाय. आता गाय नाय तर म्हस आसली की तरास होत नाय. गाडीचा हारन वाजला की ती बाजूला व्हत्यात बगा. आता म्हस मंजी जातीचीच चेंगट. ती बाजूला व्हाया येळ वखुत घेती. पर ती तशीच आपली गाडीच्या फुडंफुडंच जात न्हाय. पर त्येच म्येंढरू असलं का नाय की लई घोळ व्हतो बगा. त्ये म्येंढरू काय ऐकत न्हाय. हारन वाजला की गाडीच्या फुडंफुडंच पळत सुटतं. बाजूला व्हायचं नाव काडत न्हाय. आन् मंग मलाबी त्येच्या मागनं पळत जावं लागतंय. तरीबी ते आपल्या गाडीच्या फुडंफुडंच पळतंया बगा. टकुरंच न्हाय म्हनल्यावर काय व्हनार?'

'अरे तसं नाही ग्यानबा. या जनावरांच्या अंगी स्वत:चं संरक्षण करण्याची उर्मी असते. त्याच्यानुसारच ती वागतात. जनावरांना आपलं भक्ष्य बनवणाऱ्या

इतर हिंस्त्र रानटी श्वापदांचं भय वाटत असतं. म्हणून ती त्यांच्या तावडीतून पळण्याचा मार्ग अवलंबतात. आता मेंढरांवर हल्ला करणारा वाघ किंवा चित्ता जेव्हा त्यांच्या पाठी लागतो, तेव्हा तो बाजूकडून त्याच्यावर उडी टाकून त्याच्या नरडीचा घोट घ्यायला बघतो. त्यामुळं त्याला आपल्या पाठी ठेवणं, त्याला आपल्या बाजूला यायची संधी न देणं याची शिकवण जन्मत:च त्यांना मिळालेली असते. त्यानुसार ती सरळ रेषेतच पळत राहतात. जर बाजूला सरकायचा प्रयत्न त्यांनी केला तर रस्त्याच्या बाजूला असलेल्या चढावर त्यांना चढावं लागतं. पण त्यांची शिकार करायला टपून बसलेले रानटी प्राणी ते ओळखून त्यांच्या आधीच त्या चढावर चढतात आणि मग ते मेंढरू आयतंच त्यांच्या तावडीत सापडतं. पाठलागावर असणारं श्वापद रस्त्याच्या बाजूंना असणाऱ्या चढावर चढण्यात पटाईत आहे, याची जाणीव त्यांना असल्यामुळं सरळ रेषेत पुढं पुढं पळत राहाणं हाच स्वत:चा बचाव करण्याचा सर्वोत्तम मार्ग असल्याची त्यांची भावना असते. जर तो पाठलाग करणारा प्राणी जवळ आलाच तर आपल्याला पकडण्यासाठी तो उडी मारेल त्या शेवटच्या क्षणी जर बाजूला होत हुलकावणी दिली, तर मग जोरात आलेला तो प्राणी तसाच पुढं निघून जातो किंवा तोंडघशी तरी पडतो. तेवढीच पळून जायची जास्ती संधी मग त्या मेंढराला मिळते. ही त्याची अंगभूत संरक्षण पद्धत असते. आता पाठी लागलेली मोटर किंवा ट्रक त्या रानटी प्राण्यांप्रमाणे बाजूच्या चढावर पटकन चढून जाऊ शकत नाही, हे त्या मुक्या प्राण्यांना कसं कळावं? म्हणून मग ती तशीच पुढं पुढं पळत राहतात. तसं करताना ती हुशारीच दाखवतात. चतुराईच दाखवतात.'

'खरं हाय तुमचं म्हननं. म्हनून तर ग्यानेसरीत म्हनलंय न्हवं का, की मानसापरास म्येंढरं बरी.'

स्वत:शीच गुणगुणत खूष होत ग्यानबा तिथून निघून गेला.

◆

म्हातारं केळं!

आपलं जेवण आटोपून हात धुवून दादासाहेब दिवाणखान्यात येऊन बसले होते. वहिनींनी, दादासाहेबांच्या पत्नीनं त्यांच्यासमोर सफरचंद आणून ठेवायला आणि ग्यानबा तिथं यायला एकच गाठ पडली. त्याला पाहताच दादासाहेब म्हणाले,

'काय ग्यानबा, सफरचंद खाणार काय? चांगली थंड आहेत.'

'पर ही थंड कशी काय?' एक रसरशीत फळ उचलून घेत ग्यानबानं विचारलं.

'अरे रेफ्रिजिरेटरमध्ये ठेवली होती. त्यामुळं थंड राहिली आहेत.'

'पर कशापायी त्या रेफरेटरमंदी ठिवायची म्हंतो म्या? गारीगार खाया बरं वाटतंय म्हनूनच न्हवं?'

'नाही. थंड फळ खायला अधिक चांगलं लागतं हा एक आनुषंगिक फायदा झाला. ही फळं रेफ्रिजिरेटरमध्ये ठेवली जातात ते ती जास्ती दिवस टिकावी म्हणूनच. आपण बाजारातून एकेक फळ आणत नाही. एकदम अर्धा किंवा एक किलो किंवा डझन अशी आणतो. घरी आणल्यावरसुध्दा आपण काही एकाच वेळी ती सगळी खात नाही. जर बाहेर ठेवली तर उष्णतेमुळं ती जास्ती पिकतात आणि सडायला लागतात. तसं होऊ नये, ती जास्ती दिवस टिकून राहावीत म्हणून आपण ती थंड हवेत ठेवतो.'

'असं म्हनताय न्हवं. मंग परवाच्या दिशी म्या मारत्याच्या घरला ग्येलो हुतो. त्येनंबी अशीच रेफरेटरमंदी ठिवल्याली केळी दिली खायला. पर ती तर समदी काळी काळी जाल्याली हुती. ती कायी तोंडात घालवंना बगा, मारत्याबी हैरान जाला हुता. कारन तुमी म्हनता तशी ती

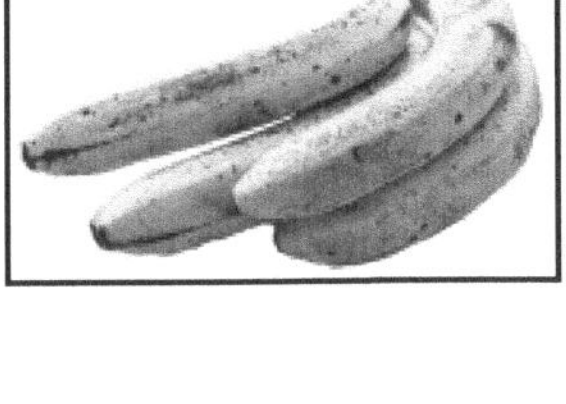

टिकून ऱ्हावी म्हनूनशान तर त्यानं रेफरेटरमंदी ठिवली. पर ती तर उलट ज्यादा पिकून पार डागाळून गेली. त्ये कसं काय?'

'छान प्रश्न विचारलास बघ. अरे ही सफरचंद, चेरी किंवा स्ट्रॉबेरी यासारखी फळं मुळातच थंड हवामानात उगवणारी आहेत. त्यामुळं ती उष्ण हवामानात आल्यास भरभर पिकून लवकर खराब होतात. त्यामुळं त्यांना टिकवून ठेवण्यासाठी थंड वातावरणात, शीतगृहात ठेवणं गरजेचं होतं. त्या थंडीचा त्यांच्यावर कोणताही वाईट परिणाम होत नाही. कारण त्या हवामानाला तोंड देण्याची क्षमता त्या फळांमध्ये मूळचीच असते. त्या फळाचे घटक असलेल्या पेशी त्या तापमानात आपला संसार नीटपणे थाटू शकतात. आपलं स्वरुप टिकवून धरतात. पण केळं हे मुळी उष्ण कटिबंधातलंच फळ आहे. ते उष्ण हवामानातच वाढतं. त्यामुळं ते रेफ्रिजिरेटरबाहेर ठेवलं म्हणून भरभर पिकत नाही. ते कडब्यात घालून किंवा गोणपाटात गुंडाळून ठेवलं तर मात्र उष्णता वाढल्यामुळं त्याच्यामधली पिकण्याची प्रक्रिया वेगानं होते. झाडावरचा घड उतरवून घेतला जातो त्यावेळी त्यातली केळी पूर्णपणे पिकलेली नसतात. ती जर अशी कापडानं गुंडाळून ठेवली तर लवकर पिकू शकतात. पण थंड तापमानाला ठेवली तर त्या थंडीमुळं त्यांना इजाच होते. केळी जरूरीपेक्षा जास्त पिकली की नासायला लागतात. कारण त्या केळ्यांच्या घटक पेशींचं आयुष्य संपायला लागतं. आणि त्यांच्या मूळ जनुकीय गुणधर्मांमध्ये त्यांचा नाश घडवून आणण्यासाठी ज्या प्रक्रियांची व्यवस्था केलेली असते त्या प्रक्रिया काम करायला सुरुवात करतात. त्यामध्ये प्रत्येक पेशीचं अखंडत्वच मुळी हरवून बसतं. त्या पेशीमधल्या निरनिराळ्या उपांगांना वेगवेगळं ठेवून त्यांना आपापलं नेमून दिलेलं काम व्यवस्थित करता यावं यासाठी त्यांच्यामध्ये काही कुंपणं असतात. ही कुंपणं, शास्त्रीय भाषेत त्यांना मेम्ब्रेन्स म्हणतात, ती कोलमडून पडतात. तसं झालं की मग ती उपांगं एकमेकात वाटेल तशी मिसळून जातात. कोणाचा पायपोस कोणाच्या पायात नाही अशी परिस्थिती उद्‌भवते. असा सावळागोंधळ झाला की मग काय होणार! सगळाच डोलारा कोसळतो. थंड हवामानात राहावं

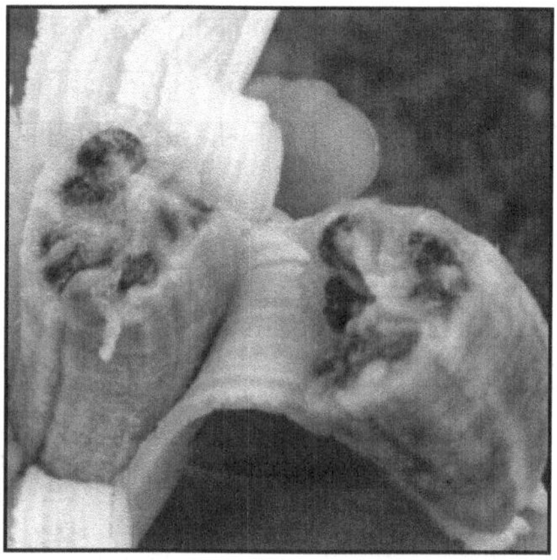

लागल्यानं त्या फळाच्या पेशींमध्ये असे जीवावर उठणारे घातक परिणाम होतात. त्यामुळं मग ते केळं नासायला लागतं. त्याची सुरुवात केळं डागाळण्यापासून होते. त्यामुळंच रेफ्रिजिरेटरमध्ये ठेवलेल्या केळ्यावर काळे डाग दिसायला लागतात. खरं तर केळं रेफ्रिजिरेटरमध्ये ठेवण्यानं त्याची लज्जत मुळीच वाढत नाही. उलट त्याचा असा नाश होतो. अरे केळंच कशाला पण त्याचं शिकरणही जरूरीपेक्षा जास्ती वेळ थंड हवामानात राहिलं तर काळपट दिसायला लागतं.'

दादासाहेबांनी थंड हवामानात केळ्यावर होणाऱ्या परिणामांपाठची वैज्ञानिक प्रक्रिया नेहमीप्रमाणे सोप्या भाषेत, ग्यानबाला सहज समजेल अशा तऱ्हेनं सांगितली होती. तरीही मुळातच तशी ती समजायला अवघड असल्यानं ग्यानबाला कितपत बोध झाला हे दादासाहेबांना कळेना. पण तेवढ्यात ग्यानबाच म्हणाला,

'आता ध्येनामंदी आलं बगा. मंजी थंडीत ठिवल्यानं केळं म्हातारं व्हाया लागतं आन् म्हातारपनात कसं मानसाचं अंग लिबलिबीत व्हून जातं तसं व्हाया लागतं म्हना की. बाकी गंमतच हाय बगा येकेक. केळं बी म्हातारं व्हतं मंजी–'

आणि स्वत:शीच हसत माना डोलवत हातातल्या सफरचंदाचे लचके तोडत ग्यानबा तिथून निघून गेला.

◆

अश्रूंची किंमत

दारातून ग्यानबा आला तोच मुळी डोळे पुसत. दादासाहेबांच्या घरात पोचल्याबरोबर त्यानं पाणी मागितलं आणि त्यानं डोळे धुतले. ते पुसले. दादासाहेबांनी पाहिलं तो त्याचे डोळे लाल झाले होते. गालावरही सुकल्या ओहोळांचे अस्पष्ट डाग दिसत होते. दादासाहेबांना कळेना एरवी शांत हसरा असणाऱ्ा ग्यानबा असे डोळे लाल होईपर्यंत रडत का होता. न राहवून त्यांनी विचारलंच,

'अरे ग्यानबा, असं झालंय तरी काय? इतका रडतोयस कशासाठी? कुठं दुखतंखुपतंय का? घरी सगळे ठीकठाक आहेत ना?'

'व्हय जी. समदे ठीकठाकच हायती. आन् म्या रडत नव्हतो. म्हंजी तसा दुक व्हऊन मानूस रडतो न्हवं का? तसा रडत न्हवतो. पर डोळ्यातनं पान्याच्या धारा लागल्या त्या कायी थांबतच न्हवत्या बगा.'

'त्या कशामुळं? डोळ्यात काही केरकचरा गेलाय का? बघू मला.'

'न्हाय जी. घरला आयेनं कांदा कापाय बशिवलं मस्नी. आज बरीच पावनेमंडळी जेवाया येनार हायती. म्हनूनशान आयेला कांदा चिरून हवा व्हता. दुसरं कोनी न्हाय म्हनताना तिनं मलाच त्यो चिराया बशिवला. म्या त्ये करत असतानाच डोळ्यातनं ह्या पान्याच्या धारा लागल्या न्हवं का. काय बी क्येलं तरी हटाया बगत न्हवत्या. आन् म्या पयल्यांदाच कांदा चिरत व्हतो म्हनून असं जालं म्हनावं तर म्या बगिटल्यालं हाय आयेलाबी कांदा चिरन्याच्या वखताला असं रडू येतंय बगा. कशापायी वो?'

'अच्छा, अच्छा! म्हणजे स्वारी कांदे कापत होती होय!' हसत हसत दादासाहेब म्हणाले, 'अरे हे तर नॉर्मल आहे. कांदे कापताना कोणाच्याही डोळ्यांना पाणी येतं. ती साधी रासायनिक प्रक्रिया आहे.'

'कसली काय किया म्हनाला? रायासानिक? म्हंजी?'

'ग्यानबा तुला आजवर किती तरी वेळा मी रसायन म्हणजे काय ते सांगितलेलं आहे.'

'त्ये ठावं हाय मला. कोनता बी पदार्थ म्हंजी रसायनं. तुमच्या विंग्रजीत काय त्ये केमिकल का काय म्हनत्यात त्येच.'

'बरोबर. अशाच एका पदार्थाच्या प्रभावामुळं होणारी क्रिया म्हणजे रासायनिक प्रक्रिया. कांद्याला जो एक हवाहवासा गंध येतो, ज्या गंधामुळं कांदा घातलेले खाद्यपदार्थ समोर आले की तोंडाला पाणी सुटतं तो गंध सल्फरयुक्त काही रसायनांमुळं कांद्याला आलेला असतो. यापैकी प्रॉपेनिल सिस्टेईन सल्फॉक्साईड या नावाचं रसायन कांदा कापायला घेतला की त्यातून बाहेर पाझरू लागतं. तसं झालं की कांद्यातच असलेली ॲलिसिन नावाची एक रासायनिक कातरी काम करू लागते आणि त्या पाझरणाऱ्या रसायनाचे तुकडे करून त्यातून प्रॉपॅन्थाईल ऑक्साईडला मोकळं करते. हे रसायन हवेत सहज उडून जाणारं असतं. तेच मग आपल्या डोळ्यांना जाऊन भिडतं. पाणी किंवा ओलावा असलेल्या जागेकडे ते खेचलं जातं. डोळ्यांमध्ये सदैव ओलावा असल्यानं साहजिकच ते डोळ्यांकडे धाव घेतं. तिथं डोळ्यांमधल्या पाण्याशी त्याची प्रक्रिया होऊन त्याचेही तुकडे होतात. त्या तुकड्यांपैकी एक असतं सल्फ्युरिक आम्ल. त्या आम्लाचा डोळ्यातल्या नाजुक त्वचेवर परिणाम होऊ नये म्हणून मग त्या आम्लाची तीव्रता कमी करण्याचा प्रयत्न आपलं शरीर करतं. त्यासाठी त्या आम्लावर आणखी पाणी पडेल अशी व्यवस्था करणं जरूरीचं ठरतं. ते काम मग डोळ्यांजवळ असलेल्या अश्रूग्रंथींवर सोपवलं जातं आणि त्या ग्रंथींमधून मग आसवं वाहू लागतात. या ग्रंथींना टाच मारून काम करायला लावण्यात कांद्यातलं तसंच लसूणातलं हे सल्फरयुक्त रसायन भलतंच

ॲलिसिन

कापलेल्या कांद्यातून बाहेर पडणारं प्रॉपॅनॉईल सल्फॉक्साईड डोळ्यांना झोंबतं.

वाकबगार असतं. कांद्यातून ते काढून टाकून किंवा त्याचा प्रभाव कमी करून तो कापायला घेतला तर मग डोळ्यातून पाणी वाहणं थांबेल. उदाहरणार्थ, तो कांदा पाण्याखाली धरून कापायला घेतला तर मग प्रॉपेन्थाईल सल्फॉक्साईड हे रसायन हवेत उडून जाणार नाही. शिवाय ते तयार होईल तेव्हा त्याच्या आसपास पाणीच पाणी असल्यानं त्याची तिथल्या तिथे प्रक्रिया होऊन तयार होणारं सल्फ्युरिक आम्ल त्या पाण्यातच विरघळून जाईल. आपल्या अश्रूग्रंथींना मग काम करावंच लागणार नाही. पण तसं केल्यानं डोळ्यांमधून पाणी वाहणं जरी थांबलं तरी कांद्यातला गंध आणि स्वादही कमी होईल. कांदा खाण्यातली गंमतच हरवून बसू.'

'म्हणजे कांदा खान्यात जी मज्जा हाय ती मिळवायची असंल तर पयल्यांदा कोनाला तरी असं रडावंच लागंल म्हना की?'

त्याच्या या गंमतीदार कल्पनेची मजा वाटून दादासाहेब म्हणाले, 'हं तसं म्हण हवं तर. कांद्याचं थालिपीठ खायचं तर मग त्यासाठी एवढी किंमत द्यायलाच हवी. पण ती न देताही थालिपीठ किंवा भजी खाता येतील, बरं का ग्यानबा.'

'ती कशी काय म्हंतो मी?'

'सांगेन नंतर केव्हा तरी. ती बघ तुझी आई तुला बोलावते आहे. बहुतेक जेवण तयार झालेलं दिसतंय. चल तू आता.'

◆

न रडवणारा कांदा

घरात ग्यानबा आला तोच मुळी एक लांबलचक ढेकर देत. ती ऐकून दादासाहेब म्हणाले,

'काय ग्यानबा, भरपेट जेवण झालेलं दिसतंय आणि तेही आवडीचं.'

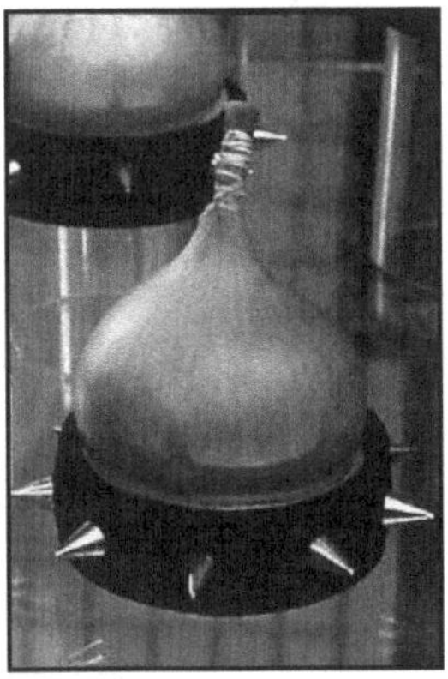

'काय इचारू नगा दादासायब. अक्षी मस्त थालपीटं केलती आयेनं. कांद्याचीच बरं का. हां आता या कांद्यावरनं सय आली बगा. तुमी मागच्या वख्ताला म्हनला व्हता न्हवं का की रडाय लागायाबिगरच कांदा कापन्याचं काय तुमचं ट्येक्नि हाय त्ये सांगनार म्हून. मंग आता सांगा बगू. मंजी फुडच्या वख्ताला आयेनं कांदा कापाय बशिवलं तरी या पठ्ठ्याच्या डोळ्यातून टिपूस बी गळायचं न्हाय.'

'अच्छा, अच्छा, म्हणून स्वारी आज इकडं वळली आहे काय? हरकत नाही. तसा एक उपाय तरी मी गेल्यावेळीच तुला सुचवला होता. कांद्यामधून त्या सल्फरयुक्त रसायनांची हकालपट्टी करण्याचा. आज महाबळेश्वरच्या उंचावरच्या वातावरणाऐवजी साताऱ्यासारख्या सपाट मैदानी प्रदेशात उगवणारी स्ट्रॉबेरीची वाणं तयार केली आहेतच ना! किंवा पूर्वीच्या अनाबेशाही या द्राक्षाएवढी मोठ्या आकाराची पण सीडलेस जातीची द्राक्षंही तयार झाली आहेतच ना! तसंच मग जैवअभियांत्रिकीचं तंत्रज्ञान वापरून ज्यात खुमारी आहे पण रडायला लावणारी रसायनं नाहीत असा कांदाही तयार करता येईल.'

'ह्ये तर लई ब्येस झालं, बगा. मंजी काय म्हनत्यात न्हवं का की आम बी और दाम बी तशातलीच गत म्हना की!'

दादासाहेबांना त्यानं केलेल्या 'आमके आम और गुठलियों के भी दाम' या

कांदा डोक्यावर धरून कापावा

म्हणीच्या अपभ्रंशाची मजा वाटली. हसत हसतच ते म्हणाले,

'ते खरंच आहे. पण असा कांदा आपल्या हातात यायला तसा बराच वेळ आहे. तोवर आपल्याला या रडवणाऱ्या जुन्या कांद्याचाच वापर करावा लागणार आहे. तेव्हा तो कापताना काय करता येईल याचाच विचार करायला हवा. तसा एक उपाय गेल्या वेळीच मी सुचवला होता. पाण्याखाली कांदा धरून कापला तर मग डोळ्यांना त्रास देणारी ती सगळी रसायनं पाण्यातच विरघळून जातील. सल्फ्युरिक आम्लंही पाण्यातच तयार होईल आणि डोळ्यांना त्याची पीडाही होणार नाही. पण मग कांद्याची लज्जत वाढवणारी रसायनंही पाण्यातच राहतील. आपल्याला त्याचा स्वाद मिळणार नाही. तेव्हा त्या रसायनांना पाण्याखाली डांबून न ठेवता ती हवेत उडतील असंच बघायला हवं. पण हवेत ती पसरल्यावर त्यांचा आपल्या डोळ्यातल्या ओलाव्याशी संबंध येणार नाही अशी व्यवस्था करायला हवी. त्यासाठी कांदा कापताना काळा चष्मा घातला तर काम होऊ शकेल. पण ते जरा विचित्र दिसेल. दुसरा उपाय म्हणजे कांदा चिरताना तोंडानं श्वासोच्छ्वास करण्याचा.'

तोंडाने मोठ्याने श्वास घ्यावा

'म्हंजी नाकानं न्हायी तर तोंडानं हवा आत घ्यायची आन् भाईर सोडायची. त्येनं काय व्हईल?'

'तू तोंडानं श्वास घेतलास की हवेचा मोठा झोत तू तोंडात घेशील. त्याबरोबर ती रसायनंही तोंडाकडे ओढली जातील. डोळ्यांपासून दूर जातील. शिवाय तू जेव्हा उच्छ्वास करशील म्हणजेच तोंडानंच हवा बाहेर सोडशील तेव्हा तुझ्या फुंकरीच्या झोताबरोबर ती रसायनंही दुसरीकडे फेकली जातील. परत तुझे डोळे त्यांच्या परिणामांपासून वाचतील. यानं तुझ्या डोळ्यांना अजिबात त्रास होणार नाही याची खात्री जरी देता येत नसली तरी त्यांना होणाऱ्या त्रासात फार मोठी घट होईल यात शंका नाही.

इतरही काही उपाय सुचवले गेले आहेत. या सर्वांचा भर त्या रसायनांना डोळ्यांपासून दूर खेचण्याचाच आहे. त्यासाठी असं सुचवलं गेलं आहे की वरच्या ओठाखाली लिंबाची एक फोड ठेवावी.'

'म्हंजी काय व्हईल?'

‘अरे ते प्रॉपेन्थाईल सल्फॉक्साईड हे रसायन त्या लिंबाकडे खेचलं जाईल. त्या लिंबामध्येही रस असतो आणि डोळ्यातल्या ओलाव्यापेक्षा त्याचं प्रमाण जास्ती असतं. त्यामुळं त्या लिंबाशी त्याची प्रक्रिया होऊन डोळ्यांना ताप जाणवणार नाही. अशाच प्रकारच्या दुसऱ्या काही उपायांमध्ये दातांमध्ये साखरेचा खडा ठेवावा किंवा तोंडात पावाचा तुकडा ठेवावा असंही सुचवलं गेलं आहे. त्या रसायनानं आपला मोहरा डोळ्याकडे वळवण्याआधी आपल्याकडे त्याला खेचून घ्यावं, असाच या सर्वांचा उद्देश असतो.’

ओठांमध्ये पावाचा तुकडा धरावा

भलीमोठी मेणबत्ती पेटवावी

‘म्हंजी आमची हुतूतूची टीम ठरवताना समदीजणं हऱ्याला दुसऱ्याआधी आपल्याकडं ओडन्याची लटपट करत्यात त्यातलाच हा परकार जाला की. सांगाय होवं समद्यांस्नी की हे शास्तर जाननारे बी तुमच्या आमच्यासारकाच इचार करत्यात आणि वागत्यात म्हून.’

आणि त्या विचाराच्या तंद्रीतच ग्यानबानं तिथून काढता पाय घेतला.

◆

चिंब पावसात!

पावसाची रिपरिप चालू होती. सकाळपासून पावसानं जी धार धरली होती ती काही थांबायला तयार नव्हती. तसा झडझडून पडून गेला आणि परत कसं स्वच्छ उन पडलं, असं होत नव्हतं. चिरचिऱ्या मुलाप्रमाणे पाऊस पडत होता. इतक्यात ग्यानबा आला. चिंब भिजलेला. हा इतका कसा भिजला याचंच दादासाहेबांना आश्चर्य वाटू लागलं. त्यांनी त्याला विचारलंच,

'काय रे, इतका भिजलास कसा? कुठून लांबवरनं आलास की काय?'

'न्हाय बा. घराकडनंच आलो म्या.'

'मग इतका भिजलास कसा? तुझं घर काही फार दूर नाही. आणि पाऊसही काही मुसळधार पडत नाहीय. रिमझिमच पडतोय.'

'व्हय त्ये खरंच हाय. पर म्या चालत आलो न्हवं का!'

'ते तर दिसतंच आहे. शिवाय छत्रीही घेतली नाहीस घरातून निघताना. पाऊस तर सकाळपासून पडतोय. तो थांबलेलाच नाही.'

'पर मला बगायचं व्हतं. एरवाच्या दिशी त्यो शेरगावाचा वसंता आल्ता न्हवं. त्यो म्हनला की पार तिकडं इलायतेत कोनीतरी सांगितलंय की पावसातनं धावत जान्यापरीस चालत गेल्यानं मानूस कमी भिजतो म्हून. म्हनलं आपुन बी परयोग करून बगावा.'

'अस्सं! तर तुझा हा प्रयोग होता तर. अरे पण वसंतानं तुला अर्धीच माहिती दिली. तो म्हणाला ते काही विशिष्ट परिस्थितीतच खरं आहे. माणूस भिजतो कारण त्याच्या अंगावर किंवा डोक्यावर पावसाचे थेंब पडतात. मोकळ्या जागेतून तो जाताना हे थेंब त्याच्या अंगावर पडतात. पण ती मोकळी जागा कुठं आहे, वारा कोणत्या दिशेनं वाहतो आहे, तो तुझ्या पाठीवर आहे की समोरून येतोय,

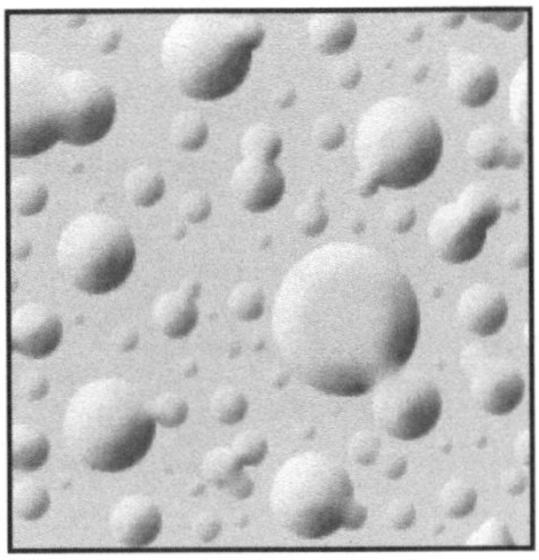

पावसाच्या धारा सरळ वरून पडताहेत की वाऱ्याच्या सपाट्यापायी त्या थोड्या तिरप्या झाल्या आहेत, मोकळ्या जागेतून किती अंतर तू पार पाडणार आहेस आणि मुख्य म्हणजे पावसाचा पडण्याचा वेग किती आहे या सर्वांवर तुझं भिजणं अवलंबून आहे. सर्वच घटक तुझ्या बाजूचे असतील तर मग वसंता म्हणाला ते खरं ठरेल. पण इतर बाबतीत वेगळा विचार करायला हवा.'

'म्हणजे समज की पाऊस एकाच वेगानं पडतो आहे. त्याच्या वेगात बदल होत नाहीये. तर मग तू जिथं आहेस आणि जिथं तुला जायचंय यांच्या मधल्या मोकळ्या जागेत असणारे एकूण पावसाचे थेंब सारखेच असतील. तेवढ्या थेंबांना टक्कर देत तू तो पल्ला गाठणार आहेस. तेव्हा मग तू चाललास काय किंवा धावलास काय, काहीच फरक पडणार नाही. तेवढ्या थेंबांना तुझं शरीर भिडणारच. पण जेव्हा तू धावतोस तेव्हा या थेंबांपैकी तुझ्या डोक्यावर पडणाऱ्या थेंबांची संख्या निश्चितच कमी असेल. आणि तू वेगानं गेल्यामुळं तुझ्या पुढं असणाऱ्या थेंबांना दामटत तू पुढंपुढं जात राहशील. त्यामुळं ते थेंबही धसमुसळेपणानं तुझ्या हातापायांवर, छातीवर आदळतील. त्यामुळं तुझे कपडे जास्तीच भिजतील. डोकं त्या मानानं जरा कोरडं राहील. पण तू चालत आलास तर तुझ्या डोक्यावर पडणाऱ्या थेंबांची संख्या जास्ती असेल. पण आता मधल्या थेंबांना तुझं अंग हलकेच भिडेल. ते त्यांना दामटणार नाही. कुरवाळेल. त्यामुळं मग ते थेंबही तुझ्या अंगाशी दांडगाई करणार नाहीत. त्यामुळं तुझ्या हातापायांना, छातीला, पाठीला ते थेंब हलकाच स्पर्श करतील. त्यामुळं तू फारसा भिजणार नाहीस. वसंता म्हणाला ते अशा अर्थानं खरं आहे. पण त्यासाठी पाऊस हलका असायला हवा, एकाच धीम्या गतीनं पडायला हवा, त्याला वाऱ्याची फारशी साथ नको म्हणजे मग तो सरळ वरून पडत राहील. तिरपा येणार नाही. पण समजा त्या पावसाचा जोर जास्ती असेल आणि त्याला वाऱ्याचीही साथसंगत लाभलेली असेल तर मग तो बेभान होऊन तिरपा तिरपा

येईल. जर तो तुझ्या पाठीवर असेल तर मग तू धावलास तर कमी भिजशील. कारण ज्या वेगानं वारा वाहतो आहे त्याच वेगानं तू धावलास तर मग त्या थेंबांना तुझ्या अंगाशी भिडायला तेवढाच कमी वेळ मिळेल. त्यांच्या सतत पुढंच राहून तू त्यांच्या तावडीतून सुटू शकशील. पण जर तो समोरून येत असेल तर मग मात्र तुझी खैर नाही. कारण एक तर तो एकदम तुझ्या अंगावरच कोसळेल. शिवाय तो तुला पाठी पाठी ढकलतही राहील. त्यामुळं तू त्या मोकळ्या जागेतच जास्त वेळ अडकून पडल्यासारखा होशील. तेवढ्याच जास्ती थेंबांना तुझ्या अंगाशी दंगामस्ती करायची संधी मिळेल. तुझं अंग आणि तुझं डोकं दोन्हीही चांगलंच चिंब भिजेल. तू धावण्याऐवजी चाललास म्हणून काही फारसा फरक पडणार नाही. आताच्या पावसातून तू चालत आलास तरी एवढा भिजलास कारण तुझ्या घरापासून इथपर्यंतचं अंतर तसं जास्तीच आहे. तरीही तू धावला असतास तर तुझं डोकं थोडंसंच कोरडं राहिलं असतं. तुला मला जाणवण्याइतपत काही फरक पडला नसता. ते काही असो. पटकन घरात जा आणि टॉवेल घेऊन आधी डोकं खसाखसा पुसून काढ. तसंच कपडेही बदल. एक कोरडा पंचा पडलाय बघ तिथं. तो घे तात्पुरता. बाकी काही म्हण ग्यानबा, तुझी प्रयोग करायची जिद्द आवडली बुवा आपल्याला.'

◆

पावसाचा थेंब

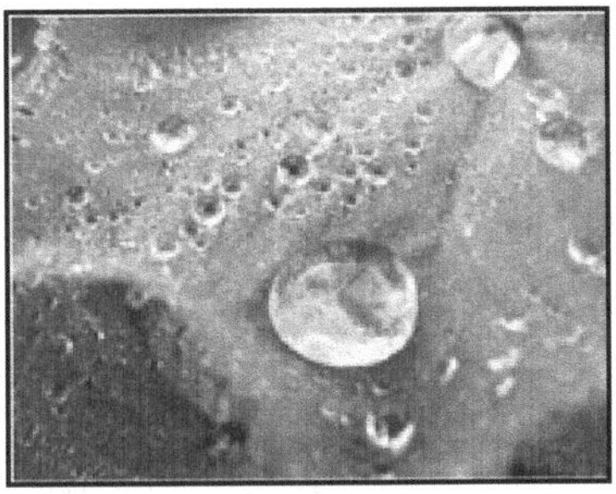

पावसानं जरा उघडीप दिली होती. पण हवेतला गारवा अजून कायम होता. वाऱ्याची झुळूक आली की झाडांच्या पानांवर असलेल्या पाण्याच्या थेंबांचा शिडकावा होत होता. अंगावर त्यातले काही थेंब पडले की अंग शहारून उठत होतं. पण त्या झाडांखालून येणाऱ्या ग्यानबाला त्याची जाणीवच होत नसल्यासारखं वाटत होतं. तो आपल्याच नादात दंग होता. कसल्यातरी विचारात गढून गेला होता. दादासाहेबांच्या घरात शिरल्यावरही तो तसाच गप्प होता. दादासाहेबांनीही त्याला त्याच्या समाधीतून जागं केलं नाही. तोच आपल्या मनातली खळबळ व्यक्त करण्याची वाट ते पाहत राहिले.

'दादासायब, आता या झाडांवरनं पाण्याचं थेंब पडत्यात ते असं चेंडूसारकं गोल असत्यात का न्हायी?'

'बरोबर आहे. कारंज्यातून उडणाऱ्या पाण्याचे थेंबही असेच गोलमटोल असतात. खरं तर कोणतेही थेंब, अगदी तुझ्या हातातल्या कपातून हिंदकळून बाहेर पडणाऱ्या पाण्याचे थेंबही असेच गोल गरगरीत असतात.'

'मंग पुस्तकामदनं, प्येपरामदनं काडलेल्या पावसाच्या चित्रामंदी त्या पावसाच्या थेंबांचा घाट असा उलट्या भवऱ्यावानी का दाकवत्यात. मुटकुळी बांदल्यासारका, वरच्या टोकाला गाट मारल्यासारका आन् खालच्या अंगाला भरलेल्या

पोत्यावानी त्या थेंबांचा घाट का दाकवत्यात? खरा घाट कोनचा म्हनायचा?'

ग्यानबाची निरीक्षण शक्ती विलक्षण होती यात शंका नाही. त्यामुळंच त्याला असे इतरांना तिरपागडे वाटणारे प्रश्न सुचत असत. तो म्हणत होता ते खरंच होतं. चित्रकार नेहमीच पावसाच्या थेंबांना थोड्याफार वळणदार असा पिरॅमिडसारखा आकार देत असतात. ते बरोबर आहे की चूक आहे, याचा विचारच कोणी केला नव्हता. पण ग्यानबाला नेमकं तेच विसंगत वाटत होतं.

'ग्यानबा, तू गळक्या नळातून पडणाऱ्या पाण्याच्या थेंबाकडे कधी बघितलं आहेस? त्या थेंबांचा घाट चित्रकार दाखवतात तसाच असतो. त्याचं वरचं निमुळतं टोक त्या थेंबाला नळाशी बांधून टाकणारं असतं. तर खालचा भाग पसरट गोलासारखा असतो. पण तसा तो असण्याचं कारण वेगळं आहे. पाण्याचे रेणू एकमेकांना जवळ करणारे असतात. एकमेकांना आपल्याकडे ओढून घेणारे असतात. त्यामुळं त्या नळाच्या आतल्या अंगाला चिकटून असलेल्या पाण्याचे रेणू बाहेर पडणाऱ्या पाण्याच्या रेणूंना आपल्याकडे खेचतात. त्यामुळंच ते पाणी नळाला चिकटून राहिल्यासारखं होतं. मुळात पाण्याच्या थेंबाचा घाट गोलाकारच असतो. पण या खेचाखेचीमुळं त्याला वरच्या बाजूला टोक येतं तर ओढ लागल्यामुळं खालच्या अंगावर थोडासा भार पडून त्याचा गोलाकार पसरट होत जातो.'

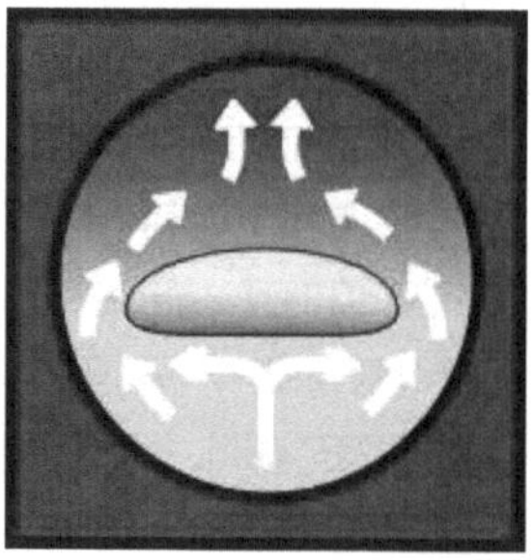

'हां, म्हंजी ढगामंदलं पानी बाहेर पडणाऱ्या पावसाच्या थेंबाला असंच खेचत राहतं आन् त्यापायी त्येचा घाट तसा उलट्या भवऱ्यावानी व्हतो म्हना की!'

'मुळीच नाही. पावसाच्या पाण्याच्या थेंबाची अशी ओढाताण होत नाही. उलट वाफेच्या रुपातलं पाणी द्रवरुप होत त्याचे थेंब बनतात आणि ते मोठे होत जातात. त्यामुळं खरं तर त्या थेंबांचा आकार तो किती मोठा आहे किंवा छोटा आहे यावर अवलंबून असतो. त्यानुसार तो बदलत

जातो. जोवर पाण्याचा थेंब छोटा असतो तोवर त्याचा घाट गोलगरगरीत चेंडूसारखाच असतो. कारण पाण्याचे रेणू एकमेकांना आपल्याजवळ ओढतच असतात. सर्वच बाजूंनी अशी ओढ जाणवल्यानं चेंडूसारखा गोलाकार धारण करणंच स्वाभाविक ठरतं. पण जसजसा तो थेंब मोठा होत जातो तसा त्याचा आकार बदलतो. परत तो गोलाकार धारण करण्याचा प्रयत्न करतो. पण या मोठ्या थेंबाला खालच्या दिशेनं हवेचा दाब जास्ती जाणवतो. त्या मानानं त्याच्या उजव्या डाव्या बगलांवरचा हवेचा दाब कमी असतो. त्यामुळं खालच्या दिशेच्या हवेच्या दाबापायी तो थेंब तिथं दबल्यासारखा होतो. पसरट आणि सपाट होत जातो. उलट्या ठेवलेल्या बशीसारखा त्याचा घाट होतो. मोठ्या थेंबांचं वजनही जास्ती असतं. त्यामुळं तो जरा वेगानंच जमिनीच्या दिशेनं धावू लागतो. त्या बरोबर खालच्या बाजूवरचा हवेचा दाबही वाढत जातो. साहजिकच तो थेंब खालच्या बाजूला अधिकच सपाट होत जातो. अर्धगोलाकार अशा उलट्या बशीचा घाट घेत जातो.'

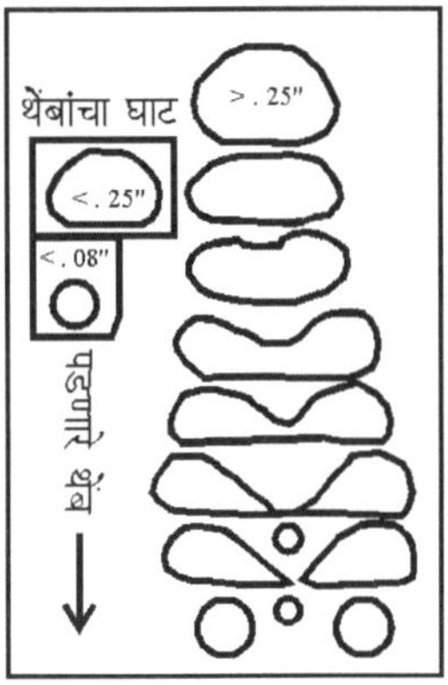

'पन मंग उलट्या बशीसारखा थेंब हे चित्रकार का काढत नाहीत?'

'एक तर त्यांनाही नळामधून गळणाऱ्या पाण्याच्या थेंबाकडे पाहण्याचीच सवय असते. पावसाच्या थेंबाकडे निरखून कोणीच पाहत नाही. त्यांनी समजा उलट्या बशीसारखा थेंब काढला तर तो पावसाचा आहे असं कोणाला तरी वाटेल का? उलट आकाशातून या उडत्या तबकड्या कशा काय पडताना दाखवल्या म्हणून त्या चित्रकाराला वेड्यातच काढलं जाईल. तुलाही तसा थेंब दाखवला तर तो पावसाचा वाटेल का?'

'न्हाय बा. तुमी म्हनता त्ये खरंच हाय. मंजी समद्या गोस्टी हायती तशाच दाखिवनं काही बरूबर न्हाय म्हना की? लोकास्नी भावंल असंच चित्र काडाया होवं असंच की न्हायी?'

ग्यानबानं काढलेला हा निष्कर्ष तर्कसंगत नाही, असं काही दादासाहेबांना म्हणवेना. पण त्या विचाराचा अतिरेकही योग्य नाही, हे त्याला कसं पटवावं याचा विचार ते करू लागले.

◆

पावसाचा वास

'बगा दादासायब, त्यो पांडबा मस्नी अडानी समजतुया. म्या तुमच्याकडनं येवडं कायीबायी शिकतो. पर त्येला वाटतं की मस्नी काय बी ग्यान न्हायी.' ग्यानबा दादासाहेबांकडे पांडबाविषयी तक्रार करत होता. पांडबा हाडाचा शेतकरी होता. शेतात राबून दरवर्षी भरघोस पीक घेत होता. अशा मंडळींचं औपचारिक शिक्षण झालेलं नसलं, तरी निसर्गाविषयीचं अनुभवानं मिळवलेलं ज्ञान मात्र पक्कं असतं. त्यांना त्याबाबतीतला कार्यकारणभाव किंवा त्यापाठचं काही विशिष्ट सूत्र, नियम जरी सांगता आले नाहीत तरी त्यांचे ठोकताळे, निष्कर्ष कित्येकवेळा वैज्ञानिक निकषांवरही खरे उतरल्याचं दिसून येत असे.

'अरे पण म्हणतो काय पांडबा? तुला कशाविषयी ज्ञान नाही असं त्याचं म्हणणं आहे?'

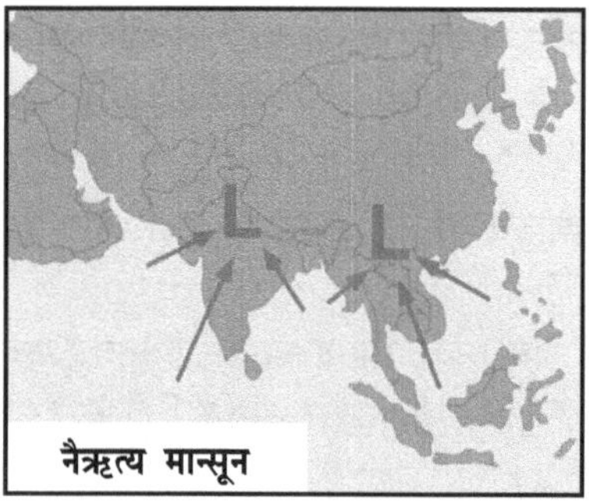

नैऋत्य मान्सून

'काय नाय वो! निसत्या थापा मारतोय त्यो. मला म्हनतो की पाऊस येत असल्याचा वास त्येला येतो. म्या म्हनलं की पाऊस पडल्यावर मातीचा वास येत असतो. त्यो समद्यांस्नीच वळिकता येतो. तर म्हनतो त्ये न्हायी. त्यो वास तर पाऊस पडून गेल्यावरच येतो. पन पाऊस येत असला की त्येला त्येचा वास येतो. त्या वासावरनं त्येला पाऊस येत असल्याचं सांगता येतं. निस्तं खूळ बगा.'

'नाही ग्यानबा, त्याला अगदीच खूळ समजू नकोस. पाऊस येऊ घातलेला असला, की वातावरणात जे काही बदल होत असतात, त्याचा परिणाम म्हणून काही वेळा असे वास वातावरण भरून टाकतात. पांडबासारख्या रानावनात आपलं सगळं आयुष्य वेचणाऱ्यांना असे वास घेण्याची सवय लागलेली असते.

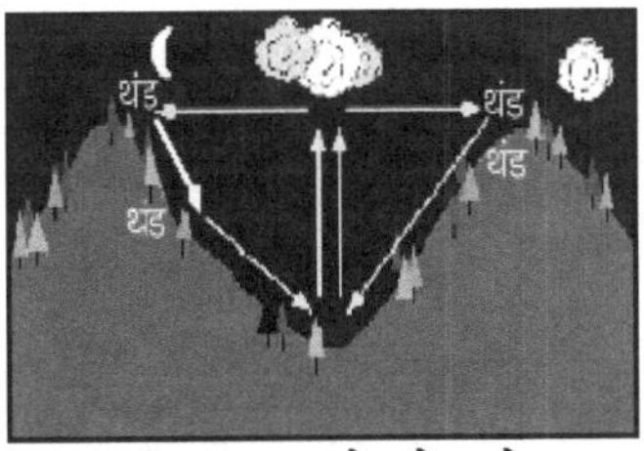

डोंगरावरून येणारे वारे

त्यांना त्याची जाणीव चटकन होऊ शकते.'

'आचिरच हाय!' ग्यानबा डोळे विस्फारत म्हणाला, 'मागच्या जल्माला पांडबा कुत्रा असाय पायजेल हाय.'

'असं का म्हणतोस?'

'मंजी कुत्र्याला जसा गुन्हंगाराचा नायतर अफू, गांजा, चरस यांचा वास येतो तसाच पांडबाला पावसाचा वास येतो म्हना की!'

'तसंच काही नाही. पण पाऊस येत असला की सर्वच वस्तूंचा वास जरा जास्तच तीव्र होत असतो. पाऊस येऊ घातलेला असला की जरा वादळाची चिन्हं असतात. अशा वेळी हवेचा दाब घटतो. नेहमीपेक्षा तो कमी होतो. टीव्हीवर बातम्यांमध्ये जेव्हा हवामानाची माहिती देत असतात तेव्हाही कमी दाबाचा पट्टा तयार झाल्यामुळं पावसाचा जोर वाढण्याची शक्यता आहे असं नेहमी सांगितलं जातं. या कमी दाबाचा प्रभाव पावसाच्या येण्याच्या वेळी नेहमीच जाणवत असतो.

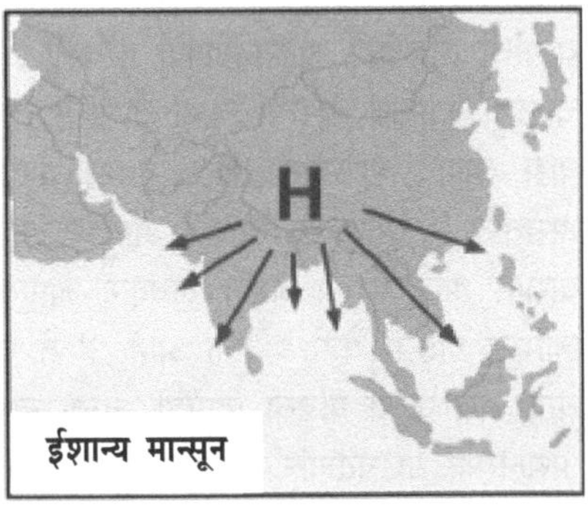

ईशान्य मान्सून

हवेचा दाब कमी झाला तरी आजूबाजूच्या झाडाझुडुपांमधून वेगवेगळ्या गंधांचे दरवळ येतच असतात. कारण या वनस्पतींच्या पानांमध्ये, फुलांमध्ये, खोडांमध्ये हवेत सहज उडून जाऊ शकणारी अनेक रसायनं असतात. त्यांचे रेणू सतत हवेत उडतच असतात. हेच रेणू हवेतून विहरत येत आपल्या नाकपुड्यांमधल्या त्या वासांना दाद देणाऱ्या खास उपांगांशी भिडत असतात. त्यामुळेच आपल्याला तो वास घेता येणं शक्य होतं. जेव्हा हवेचा दाब कमी होतो तेव्हा हवा जमिनीवर तसंच या झाडाझुडुपांवर जोराचा दाब देत नाही. साहजिकच या रसायनांचे रेणू जास्ती प्रमाणात हवेत उडून जाऊ शकतात. साहजिकच त्या रसायनाचा दरवळ अधिक तीव्र होतो. आपल्याला त्यांचा वास जोमदार झाला असल्याचं जाणवतं.

पाऊस येत असला की जसा हवेचा दाब कमी होतो तसाच वाराही जरा जोरानं वाहू लागतो. गंध असलेल्या रसायनांचे रेणू हवेवर स्वार होतच इकडेतिकडे

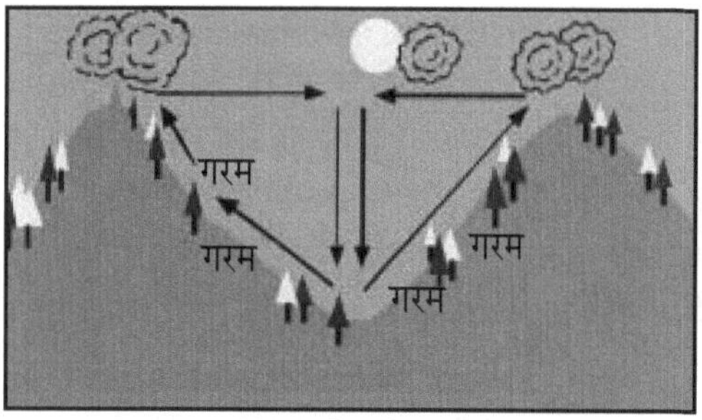

दरीतून येणारे वारे

जात असतात. वातावरणात तो वास फैलावत असतो. जसा वारा जोरानं वाहू लागतो, तसं या रेणूंनाही दूरदूरवर जाणं शक्य होतं. त्यांचा स्वैरविहारही जोमदार होऊ लागतो. त्यामुळं जवळपास नसलेल्या वनस्पतींचा गंधही आपण घेऊ शकतो. म्हणजेच पाऊस येण्याआधी हवेच्या कमी झालेल्या दाबापायी आणि वाऱ्याच्या वाढलेल्या वेगापायी, गंध असलेल्या रसायनांचे रेणू जास्ती संख्येनं हवेत पसरतात, दूरदूरवर मजल मारू शकतात. एकसाथ दोन्ही परिणाम झाल्यानं वासांची तीव्रताही वाढते आणि दूरवरचे वासही सहजगत्या आपल्या नाकपुड्या चाळवू शकतात. एरवी ज्यांना वासांची जाणीव होत नाही अशांनाही त्यामुळं हे वास जाणवू शकतात. पांडबासारखे शेतकरी तर वर्षानुवर्षं मातीशीच खेळत असतात. रानावनातच आपलं आयुष्य काढत असतात. त्यांना तर वनस्पतींच्या वासात झालेला हा बदल लवकर जाणवतो. तो सहजासहजी ओळखू येतो. त्यामुळं पाऊस येऊ घातला आहे, हे ते चटकन सांगू शकतात. पावसाचा वास येतो असं जेव्हा पांडबा म्हणतो, तेव्हा खरं तर तो येण्यापूर्वी वातावरणात होत असलेल्या या बदलांची त्याला जाणीव होत असते.'

'तसंच जर असेल तर मंग म्यासुदीक तसा परयत्न क्येला तर मस्नी बी ह्ये वास वळिकता याया होवे.'

'शंकाच नको. नक्कीच येतील. अशा वासांकडे जरा बारकाईनं लक्ष देण्याची सवय ठेवलीस तर तुलाही पावसाचा वास घेता येईल.'

'मंग आता उंद्यापास्न त्येचाच अब्यास करतो बगा. त्या पांडबाची मिजास नाय पायजेल.' नसलेल्या मिशीवर ताव मारत ग्यानबा तिथून निघून गेला.

◆

आँक् छी!

आपले डोळे पुसत पुसतच ग्यानबा आला. त्याचं नाकही पुसून पुसून लालेलाल झाल्यासारखं झालं होतं. बेजार झाल्यासारखा झाला होता. आला तो अंगातलं बळ गेल्यासारखा एकदम समोरच्या खुर्चीत धप्पकन बसला. दादासाहेब चटकन पुढं झाले आणि त्याला म्हणाले,

'काय रे बरं वाटत नाहीये का? सर्दीनं बेजार झाल्यासारखा दिसतो आहेस. ताप तर नाहीये ना?'

असं म्हणत त्यांनी ग्यानबाच्या कपाळावर हात ठेवून त्याचं तापमान पाहण्याचा प्रयत्न केला. पण अंगात ताप असल्याचं काहीच चिन्ह नव्हतं.

परत एकदा नाक पुसत ग्यानबा म्हणाला, 'छ्या, छ्या! अंगामंदी जाळ अजाबात न्हाई. पर मस्नी ह्येच समजंना जालंय. हमेश मस्नी असं व्हतंय बगा. मंजी जालं काय तर आयेनं सांगितलं म्हून म्या आमच्या पाटच्या सामानाच्या खोलीत व्हतो. थतं अंदारच आसतो ठावंच हाय तुमास्नी. उगीच कौलामंदी फट आसंल थतनं सूर्व्याचा प्रकाश येत आसतो. तर म्या थतं कायीबायी काम करत व्हतो आन् कसली तरी सय जाली म्हून भाईर आलो. तर उनामंदी आल्याबरूबर मस्नी ह्ये फटाफट शिकाच आल्या की वो. फाटोफाट सा सात येळा तरी शिका आल्या, आवरंनाच. जवा जवा का म्या त्या अंदाऱ्या जागंमदून असा उनात येतो तवा मस्नी अशाच शिका येत ऱ्हातात. सर्दी म्हनावं तर काय बी नसती. असं का व्हतं ह्येच समजंना जालंय. डागदरकडं जाया होवं काय?'

'काही एक जरूरी नाही, डॉक्टरकडे जायची. हा बऱ्याच जणांचा अनुभव आहे. तुझ्या वडिलांना किंवा आईलाही असंच होत असेल. हा डोळ्यावर एकदम भक्कन उजेड पडल्याचा तसंच तापलेल्या उन्हाच्या पडण्याचा परिणाम आहे.

डोळ्यावर एकदम उजेड पडला की प्रकाशाची ती तिरीप सहन न होऊन डोळे मिटले जातात. निदान किलकिले तरी होतात. घरातही अंधाऱ्या खोलीतून उजेड असलेल्या खोलीत एकदम आलास किंवा रात्रीच्या वेळी गडद काळोख असताना झोपेतून उठून तू दिवा लावलास की डोळ्यांना तो उजेड एकदम सहन होत नाही. ते मिटू पाहतात. जेव्हा जेव्हा तुला शिंक येते तेव्हाही डोळे असे एकदम मिटतात. इथं उलट होतं. डोळे मिटल्यासारखे झाल्यानं नाकालाही शिंक येत असल्याची भावना होऊन शिंक येऊ लागते. पण घरातल्या घरात जेव्हा अंधारलेल्या ठिकाणाहून तू एकदम उजेडात येतोस तेव्हा त्या उजेडाच्या तिरीपीमुळे डोळे मिटूनही शिंक येत नाही. कारण त्या वेळी डोळ्यावर फक्त दिव्याचा उजेड पडलेला असतो. तो कितीही जोराचा असला तरी त्याच्या बरोबरीनं गरमीचाही सामना तुझ्या नाकातोंडाला करावा लागत नाही. पण जेव्हा तू दिवसाढवळ्या असा उन्हात येतोस तेव्हा सूर्याच्या प्रकाशाबरोबर त्याचं उनही तुझ्या नाकातोंडावर पडतं. जेव्हा जेव्हा अशा प्रकारे थोड्याफार बंदिस्त असलेल्या जागेवर उष्णतेचा असा झोत पडतो, तेव्हा त्याच्या आतलं तापमान एकदम चढतं. तुझ्या नाकपुड्याच्या आतला भागही तसा बंदच असतो. त्यामुळं त्याला सूर्याच्या गरमीची झळ पोचल्याबरोबर आतलं तापमान एकदम चढतं. आतली हवा एकदम तापते. आता मला सांग हवा तापली की काय होतं?'

'हवा तापली की गरम व्हती. आन् गरम हवा सदाच वरवर जाया लागती. म्हून तर पलित्याची ज्योत वरवरच जाती. बरूबर का नाय?'

'एकदम बरोबर.' हसत हसत दादासाहेब म्हणाले. आपला शिष्य तयार होतोय हे पाहून त्यांना आनंदच झाला होता. 'तर तुझ्या नाकपुड्यांमधली हवाही गरम झाल्याबरोबर अशीच वरवर जायला लागते. तसं झालं की मग आजूबाजूची त्या मानानं थंड असलेली किंवा कमी गरम असलेली हवा तिथं घुसू पाहते. हवेचा असा प्रवाहच सुरू होतो. आजूबाजूची हवा अशी नाकात शिरू लागली की त्या हवेत असलेले धुळीचे कण, फुलांचे पराग वगैरे कचराही नाकात शिरतो. तसा तो शिरला की नाक हुळहुळू लागतं. त्या कचऱ्याला बाहेर टाकायची घाई करायला लागतं. आणि तो कचरा बाहेर टाकण्यासाठी मग तिथले स्नायू आकुंचन पावून त्या कचऱ्याला ढकलू पाहतात. यालाच शिंक येणं म्हणतात. तो कचरा बाहेर

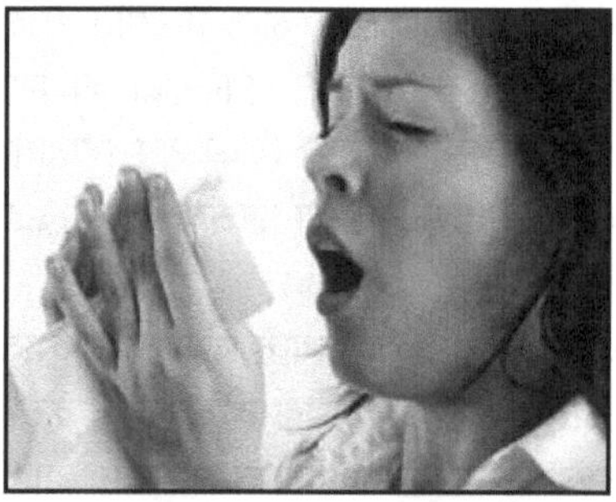

टाकला गेला किंवा नाकाच्या आतली हवा बाहेरच्या हवेसारखीच थंड झाली की या शिंका येणं आपोआप थांबतं. त्यासाठी डॉक्टरकडे जायची काहीएक गरज नाही. एकदोन शिंकानंतर सगळं काही आलबेल होत असतं.'

'पर मस्नी तर सा सात येळा, कंदी कंदी तर त्याच्याहीपरस ज्यादा येळा शिंका येत ऱ्हातात.'

'होतं असं. काही जणांना या शिंकांचा जास्ती त्रास होतो. त्याला अंगी असलेले काही नैसर्गिक गुणधर्म कारणीभूत असतात. त्यांनाच शास्त्रज्ञ जनुकीय घटक किंवा जेनेटिक फॅक्टर असं म्हणतात. म्हणजे काही जणांना वंशपरंपरागत असा जोमदार शिंका येण्याचा त्रास होतो. उपजतच त्यांच्या अंगी तो गुणधर्म असतो. म्हणूनच म्हटलं की तुझ्या आईला किंवा वडिलांना असाच त्रास होत असेल. पण त्यांनी कधी त्याच्याकडे फारसं लक्ष दिलं नसेल.'

'आमची आये कायी घराभाईर ज्यादा पडतच न्हाय. पर बाला कंदाचित आसं व्हत आसंल. म्या इचारतोच आता. चाललूच बगा.'

आणि 'अरे घाई नाही, सावकाश कधीतरी विचार', असं सांगत असलेल्या दादासाहेबांकडे दुर्लक्ष करत ग्यानबा तिथून झटक्यात निघूनही गेला.

◆

अंगदेशची लढाई

घाईघाईतच ग्यानबा आला. त्याच्या हातात एक छोटीशी बाटलीही होती. तिच्या गळ्यात एक दोरी बांधलेली होती आणि त्या दोरीत बोट अडकवून ग्यानबा ती घेऊन चालला होता.

'काय रे, कुठं चालला होतास? आणि ही बाटली कसली तुझ्या हातात?' दादासाहेबांनी विचारलं.

'बाच्या अंगात जाळ हुता. म्हनताना डागदराकडं गेलो हुतो. त्येनं बासाटी दिल्यालं आवशीद घ्येऊन घराकडं चाललो हुतो. तवा येक किडा वळवळला.'

'किडा वळवळला?' काहीच न कळून दादासाहेबांनी विचारलं.

'डोस्क्यामंदी वो. मंजी आसं जिवाला बरं वाटंनासं जालं की अंगात जाळ का हुतो?'

'अरे अंगात ताप चढतो ते आपल्या बऱ्यासाठीच असतं. आपल्याला कसला तरी आजार होतो तो बहुधा कोणत्या तरी रोगजंतूची बाधा झाल्यामुळेच. हे रोगजंतू अंगात शिरतात आणि आपलं बस्तान बसवायला लागतात. पण निसर्गानं आपल्या शरीराकडेही या रोगजंतूंशी लढाई करण्यासाठी सुसज्ज व्यवस्था केलेली आहे.'

'मंजी आपल्या अंगात काय फौजफाटा ठिवल्याला हाये का काय?'

'अगदी बरोबर ओळखलंस. एक प्रकारची फौजच दिमतीला ठेवलेली आहे निसर्गानं. आपल्या रक्तामध्ये तांबड्या पेशींबरोबरच काही पांढऱ्या पेशीही असतात. त्यांना लिम्फपेशी म्हणतात. या पेशी म्हणजे आपल्या शरीराच्या सैन्यदलामधले सैनिक. त्यांच्याकडे आपल्या शरीरात बाहेरून

शिरलेल्या पदार्थांची तपासणी करून कोण आपला, कोण परका, कोण हमला करायला आलेला आहे, हे ओळखण्याची शक्ती असते. अंगात शिरलेल्या रोगजंतूची अशीच तपासणी करून तो शरीराला त्रास द्यायला आलेला घुसखोर आहे याची खात्री पटली, की हे सैनिक त्याच्याविरुद्ध लढाईची तयारी करायला लागतात. यासाठीच पहिल्यांदा ते काही रसायनं शरीरात मोकळी सोडतात. यांनाच सायटोकाईन असं म्हणतात. यापैकी एक आहे इंटरल्युकिन.'

'काय म्हनला? इन्टर काय?'

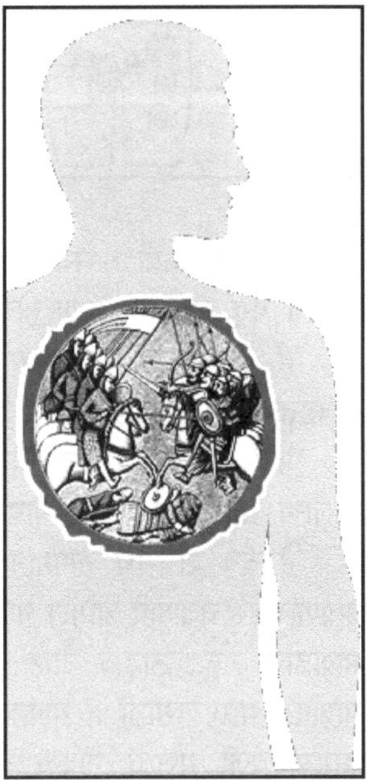

'ते नाव सोड. ते नाही लक्षात ठेवलंस तरी काही हरकत नाही. पण हे रसायन मोकळं सुटलं की त्याचा परिणाम म्हणून आणखी काही रसायनांचा पाझर सुरू होतो. त्यापैकी काही मेंदूकडे जातात. त्याला शरीरात अशा प्रकारे रोगजंतूंचा हमला झाल्याची खबर देतात. त्यामुळं मग मेंदूकडूनही काही रसायनांचा पाझर सुरू होतो. तसं झालं की शरीराचं तापमान वाढत जातं. तू आपला घरातला पाणी तापवायचा बंब पाहिला आहेस. त्यात कसा सतत लाकूडफाटा घालावा लागतो. किंवा पाठच्या वेळी शहरात गेलो असताना तिथं आगगाडीचं वाफेचं इंजिन पाहिलं होतं आपण. त्यात कसं ते इंजिन चालू ठेवण्यासाठी सतत कोळशाचा घास त्या भट्टीला भरवावा लागतो. तसंच आपल्या शरीराचं कामकाज सुरळीत चालू ठेवण्यासाठी आपण जे अन्न घेतो त्याचा वापर करून निरनिराळ्या अवयवांचं काम चालू ठेवलं जातं. आपल्या नेहमीच्या जगण्याच्या कामकाजासाठी अंगातलं इंधन....'

'....मंजी अंगाचा लाकूडफाटा म्हना की.'

'बरोबर. तर शरीरातला हा लाकूडफाटा किती वेगानं वापरायचा हे अंगानं ठरवलेलं असतं. पण रोगजंतूच्या हमल्याचा सुगावा लागल्याबरोबर अंगात जी रसायनं मोकळी सुटतात त्यापायी हा वेग वाढतो. आता त्या आगगाडीच्या इंजिनात भराभर कोळसा टाकला की काय होतं हे पाहिलंच आहेस तू. तिथली भट्टी जोरानं पेटते. आणि त्याची आग वाढते. इंजिनाचा वेगही वाढतो. तसाच अंगाच्या भट्टीतला लाकूडफाटा वापरायचा वेग वाढला की, जास्ती गरमी

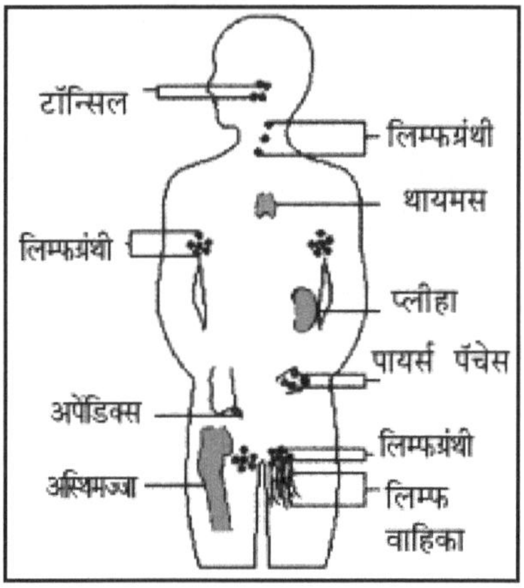

निर्माण होते. त्याचाच परिणाम म्हणून मग तापमान वाढतं. यालाच आपण ताप आला असं म्हणतो. अंगात शिरलेल्या त्या घुसखोर रोगजंतूंचा बंदोबस्त करण्यासाठी शरीरानं पुकारलेल्या लढाईची ती खूण आहे. त्या लढाईत वापरायचं पहिलं शस्त्र आहे.'

'मंजी अंगात जाळ हुतो तो आपल्या भल्यासाठीच म्हना की?'

'खरं आहे ते. तसा ताप आल्याचा फायदाच असतो.'

'मंग त्यो कमी करन्यासाठी आवशीद घेन्याची गरजच न्हाई म्हना की. ही बाटली मंग टाकूनच द्याया होवी.'

'हं, हं, हं तसं काही करू नकोस. डॉक्टरांनी सांगितलं आहे तर ते औषध ताबडतोब तुझ्या वडिलांना दे.'

'पर कशापायी? आन् त्योच जाळ चडला की डोस्क्यावर थंड पान्याची घडी घालाया सांगत्यात ते कशापायी?'

'हे बघ शरीराचं तापमान चढल्यानं तसा फायदाच होत असला तरी ते प्रमाणाबाहेर चढणंही चांगलं नाही. तुला ती राजाचं रक्षण करण्यासाठी ठेवलेल्या माकडाची गोष्ट ठाऊक आहे ना! झोपलेल्या राजाच्या नाकावर बसू पाहणाऱ्या माशीला मारण्यासाठी ते माकड त्याच्यावर तरवार चालवतं. पण त्यामुळं माशी मरण्याऐवजी राजाचं नाकच कापलं जातं. अशा अतिउत्साही रक्षकांपासूनही संरक्षण करणं आवश्यक ठरतं. ताप जर प्रमाणाबाहेर वाढला तर त्याचा शरीराला त्रासच होतो. खास करून मेंदूला असा वाढलेला ताप धोकादायकच ठरतो. म्हणून तर मेंदूला वाचवण्यासाठी डोक्याचं तापमान आटोक्यात ठेवणं गरजेचं असतं. म्हणूनच तर कपाळावर थंड पाण्याच्या पट्ट्या ठेवून तिथलं तापमान उतरवण्याची खटपट केली जाते. पण आता तू बोलत थांबू नकोस. ताबडतोब जाऊन वडिलांना ते औषध देऊन ये बघू.'

तरीही काहीतरी विचारायची खटपट करत राहिलेल्या ग्यानबाला दादासाहेबांनी तिथून पिटाळलंच.

◆

तापाची मदत

घरी पिटाळलेला ग्यानबा तसाच घाईघाईनं परत आलेला पाहून दादासाहेबांना आश्चर्यच वाटलं. वडिलांना औषध द्यायचं आहे हे विसरून स्वारीच्या डोक्यात वाटेतच काहीतरी भन्नाट कल्पना येऊन तसाच तो परतला असावा, अशी शंका त्यांना आली. पण त्याच्या हातात ती औषधाची बाटली नव्हती. तरीही ती त्यानं घरी दिली असेल याची खात्री नव्हती. म्हणून तर दादासाहेबांनी त्याला विचारलंच,

'अरे तुला ते औषध वडिलांना नेऊन द्यायला सांगितलं होतं ना? दिलंस का ते नीट?'

'व्हय जी. तुमी सांगिटल्याबर बाला ते दिलं, त्ये कसं घ्यायचं हे डागदरांनी सांगिटलं हुतं ते बी आयेला समजावून सांगिटलं आन् मंगच मागारी सुटलो बगा.'

'अरे पण अशी काय घाई होती? जरा आईला मदत करायला थांबला असतास तर—'

'पर तुमी त्ये अंगात जाळ आल्यानं फौजफाट्याला मदतच हुती असं काय सांगत हुता त्येच समजंना म्हून आलो. अंगात जाळ वाडल्यानं रोग जायला मदत कशी काय हुती? उलट जाळ जाल्यानं थकवा येतो, कायी एक खावंसंच वाटत न्हाई, भूक बी लागत न्हायी. तर मंग त्ये आपल्या भल्यासाटीच कसं काय?'

'त्याची अनेक कारणं आहेत ग्यानबा. आपल्याला रोग का होतो हे तुला मी सांगितलंच आहे. शरीरात रोगजंतू शिरल्यामुळे रोगाची लागण होते. तेव्हा त्या रोगजंतूचा नायनाट केल्याशिवाय, त्याला हाकलून लावल्याशिवाय आजार बरा होणार नाही, हे तर खरं. तर मग त्या रोगजंतूला आपलं बस्तान बसवणं कठीण व्हायला हवं. ते करण्यासाठीच या तापाची मदत होत असते. जसं आपल्याला

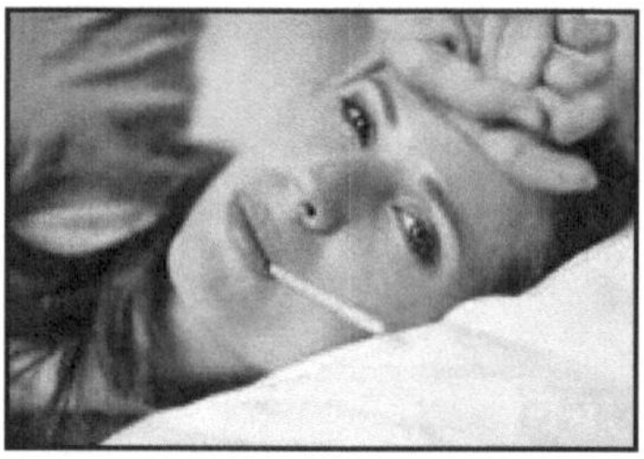

जगायला काही विशिष्ट तापमान, विशिष्ट हवामान असण्याची गरज असते तशीच त्या रोगजंतूंनाही असते. मला सांग की जिथं खूप थंडी आहे अशा ठिकाणी आपण नीट जगू शकतो का?'

'न्हाय बा. मंजी त्या थंडीपास्नं बचाव करन्यासाटी जर गरम कापडं असतील, शेकोटी पेटवन्याची वेवस्ता असंल तर मग ठीक असतंय. पर उगड्यावर आसलं तर मग बाबो मरनच की. ती थंडीची लाट आली की मानसं कशी गोठून मरून जात्यात.'

'बरोबरच आहे. तसंच खूप गरमी असेल तरीही जगणं कठीण होतं. जेव्हा जेव्हा अशी गरमीची लाट येते, हवेचं तापमान खूप चढतं अशावेळी जर बाहेर पडलं तर उष्माघाताचा झटका येऊन माणूस मरतोच ना. कारण त्याच्या शरीराला आपलं कामकाज व्यवस्थित चालवण्यासाठी काही विशिष्ट तापमानाची गरज असते. आपल्या शरीराचं नेहमीचं तापमान साधारणपणे साडेसदतीस अंश इतकं असतं. बाहेरचं तापमान वाढलं तर घाम येऊन आपण शरीराचं तापमान त्याच्या जवळपास ठेवू शकतो. तसंच बाहेर थंडी पडली तरी शिरशिरी येऊन अंगावर काटा येतो. कारण शरीर आपलं तापमान साडेसदतीसच्या जवळपास ठेवण्याची धडपड करत असतं. पण जर ते बाहेरचं तापमान प्रमाणाबाहेर वाढलं किंवा कमी झालं तर शरीराला आपलं तापमान आटोक्यात ठेवणं अशक्य होतं. शरीरातल्या कितीतरी क्रिया मग बेताल होतात. बंद पडू पाहतात. तसंच या रोगजंतूंचंही होतं. त्यांनाही स्वत:ला जिवंत ठेवण्यासाठी आणि आपली वाढ करण्यासाठी तापमान साडेसदतीसच्या आसपासच असणं गरजेचं असतं. ते

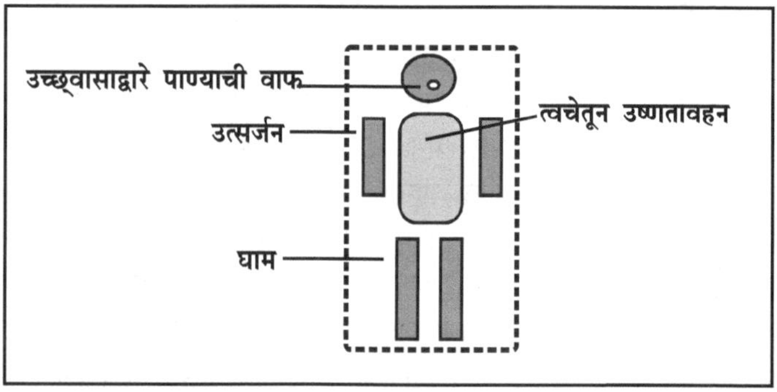

वाढलं की त्यांची तगमग सुरू होते. त्यामुळं ताप येणं हे या रोगजंतूंना पिटाळण्याचीच एक व्यवस्था असते.

तसंच या रोगजंतूंविरुद्ध लढणाऱ्या आपल्या शरीरातल्या सैनिकांबद्दल, त्या लिम्फपेशींबद्दल मी तुला बोललो होतो. तर त्यातल्याच एक प्रकारच्या पेशी म्हणजे टी लिम्फपेशी. यांनाही आपलं काम जोमानं करण्यासाठी या वाढलेल्या तापमानाची मदत होते. तापमान अडतीस ते चाळीस अंशाच्या आसपास असलं की या पेशी आपलं काम वेगानं करू शकतात. त्यामुळं ताप आला की या पेशी त्वेषानं कामाला लागतात. साहजिकच त्या रोगजंतूंवर तुटून पडतात. शत्रूची दमछाक करून त्याचा नायनाट करू पाहतात.

झालंच तर आपल्या शरीरात निरनिराळी खनिजं निरनिराळ्या प्रमाणात वावरत असतात. त्यापैकी एक आहे लोह म्हणजे लोखंड.'

'मंजी आपल्या अंगात लोखंड आसतं?' आश्चर्यानं ग्यानबानं तोंडात बोटंच घालणं शिल्लक ठेवलं होतं.

'अरे वेड्या लोखंड म्हणजे लोखंडाच्या कांबी नाहीत काही तर लोखंडाचे काही क्षार किंवा खनिजं असतात. ताप वाढला की त्यांचं प्रमाण कमी होतं. शरीरात शिरलेल्या रोगजंतूंना आपली वीण वाढवण्यासाठी या लोखंडाच्या खनिजांची गरज असते. पण त्यांचं प्रमाण कमी झाल्यानं त्यांचा तुटवडा पडतो. साहजिकच त्या रोगजंतूंना आपला संसार वाढवणं कठीण होऊन बसतं.'

'मंजी समद्या बाजूंनी त्या रोगजंतूंना येसनच बसती. तसं जाल्यावर काय बिशाद हाय त्यांची थतंच ठान मांडून बसन्याची. त्यास्नी पळता भुई थोडीच व्हत असनार.'

'अगदी बरोबर बोललास. सगळ्या बाजूंनी त्यांची अशी कोंडी झाल्यावर त्यांचा नायनाट व्हायला कितीसा वेळ लागणार! तेव्हा ताप येणं हे त्या रोगजंतूंविरुद्ध शरीरानं लढाई चालवल्याची निशाणी असते. मात्र तो ताप आटोक्यात राहील, उत्साहाच्या भरात तो हाताबाहेर जाणार नाही, याची काळजी घ्यायची असते. आणि डॉक्टर औषध देतात ते ताप कमी करण्यासाठीच असं नाही. बहुतेक वेळा ते औषध त्या रोगजंतूंना मारून टाकण्यासाठीच असतं. म्हणजे शरीरानं चालवलेल्या लढाईला ही परकीय मदत असंच म्हणायला हरकत नाही.'

'भले बाद्दर! मंजी आपलं अंग बी शिवाजीराजांच्या सैन्यावानीच तुफान लडाई करतं तर. शाब्बास रं मर्दा!'

◆

केसांची वाढ

आपलं डोकं खाजवत ग्यानबा येऊन बसला होता. डोक्याचा पार चमनगोटा झाला होता. मधूनच त्याच्यावरून हात फिरवत होता. दादासाहेबांना त्याचं ते ध्यान पाहून हसूच आलं. पण ते आवरत त्यांनी विचारलं,

'काय ग्यानबा, आज कुठं गेली होती स्वारी?'

'टकुरं भादराया गेलतो, काशाकडं. चांगलं तुळतुळीत भादरलंय. त्यो ते भादरत असतानाच डोस्क्यामंदी किडा वळवळला.'

आता दादासाहेबांना त्याची भाषा चांगलीच अवगत झाली होती. मनात काहीतरी चित्रविचित्र कल्पना आली की ग्यानबा डोस्क्यात किडा वळवळला असं म्हणायचा. आणि असा वळवळला की तो कसला विक्षिप्त सवाल करेल याची खात्री देता येत नसे. दादासाहेबही कित्येक वेळा त्याच्या त्या प्रश्नानं चक्रावून जात असत. तरीही त्याच्या प्रश्नात एक प्रकारची विचित्र तर्कसंगती असे याविषयी मात्र शंका नसायची. आता तो असाच कुठला तरी प्रश्न घेऊन आला असणार याबद्दल दादासाहेबांना संदेह राहिला नाही. त्यांचीही उत्सुकता चाळवली गेली होती. त्यांनी विचारलंच,

'कसली शंका आली तुला? विचारून टाक.'

'नाय मंजी बगा, बाई असो की बापय गडी, टकुऱ्यावरचं क्येस आपलं वाडतच जात्यात. म्हून तर काशाचा धंदा चालतोय. वरचेवर भादरण्याची पीडा पाटी लागती. जालंच तर बापयगड्याच्या तोंडावर आन् ओटावरबी क्येसाचं जंगल वाडत असतं. त्येबी भादराया लागतं. नायतर मग सादुवानी त्येची लंबीचवडी दाडी तरी ठेवाय लागती. पर बाकीच्या अंगावरचं क्येस मातर असं वाडत नाईत. त्ये भादरायची गरज भासत न्हाई. असं का? समदं अंग येकच. मंग हे टकुऱ्यावरचं, त्यांनी मस्त खत घातल्यावानी वाडत जायाचं आन् ह्ये अंगावरचं त्यांनी वाडायचं

नाही ह्ये कसं काय ठरविलं जातं? त्या क्येसांना ह्ये कसं काय समाजतं?'

दादासाहेबांना त्याचा सवाल ऐकून हसूच आलं. त्यांना त्याच्या कल्पनाशक्तिची गंमतच वाटली. तरीही त्याच्या विचारात तशी सुसंगती होतीच.

'ग्यानबा तुझ्या प्रश्नाचं उत्तर तसं सोपं नाही. अंगावरचे केस सतत वाढतच असतात असं तुला वाटत असलं तरी केसांचं एक चक्रच चालू असतं. त्यातल्या ॲनाजेन नावाच्या भागात केसांची वाढ होत असते. त्या चक्राच्या कॅटॅजेन नावाच्या दुसऱ्या भागात केसांची वाढ खुंटते. तर टेलोजेन नावाच्या तिसऱ्या भागात त्याची वाढही होत नाही की खुंटतही नाही. एकप्रकारची सुप्तावस्थाच येते. पहिल्यांदा ॲनाजेन मग कॅटॅजेन आणि त्यानंतर टेलोजेन असं हे चक्र चालू असतं. एक चक्र संपलं की तोवर वाढलेले केस गळून पडतात आणि केसांची मुळं परत कामाला लागतात. केसांची परत वाढ व्हायला सुरुवात होते. यापैकी प्रत्येक चक्राच्या निरनिराळ्या अवस्था किती काळ टिकायच्या याचं वेळापत्रक ठरलेलं असतं. डोक्यावरच्या केसांच्या चक्रातली ॲनाजेनची अवस्था सहा ते दहा वर्षं टिकते तर टेलोजेन केवळ तीन चार महिनेच राहते. अंगावरच्या केसांची ॲनाजेनची अवस्था फारच थोडे दिवस टिकणारी असते. सगळ्याच केसांचं चक्र एकसाथ चालत नाही. त्यामुळं काही केस गळून पडले तरी दुसरे वाढतच असतात. त्यामुळं माणसाचा तुझ्यासारखा मधूनमधून चमनगोटा झाल्यासारखा दिसत नाही. जेवढा ॲनाजेनच्या अवस्थेचा काळ जास्ती तितकी त्या केसांची वाढही जास्ती. म्हणजेच त्यांची लांबीही जास्ती असते. प्रत्येक माणसाच्या डोक्यावरच्या केसांच्या ॲनाजेनच्या अवस्थेचा काळ वेगवेगळा असतो. म्हणजेच प्रत्येकाच्या डोक्यावरचे केस किती लांब वाढायचे, हेही ठरलेलं असतं. त्यापेक्षा जास्ती लांब केस वाढत नाहीत. तू पाहिलं असशील की काही जणांना वरचेवर केस कापून घ्यावे लागतात, तर काही जणांना दोन-तीन महिन्यांतून एकदा कापून घेतले तरी चालतं. बायकांच्या बाबतीतही हेच दिसून येतं. काही जणींना केसांना फारसं तेलपाणी न करताही त्यांच्या केसांची भरघोस वाढ होते. पार गुडघ्यापर्यंत त्यांचे केस वाढतात. तर इतर काही जणींना निरनिराळी तेलं आणि मलमं लावूनही त्या मानानं आखुड केसांवरच समाधान मानून घ्यावं लागतं.

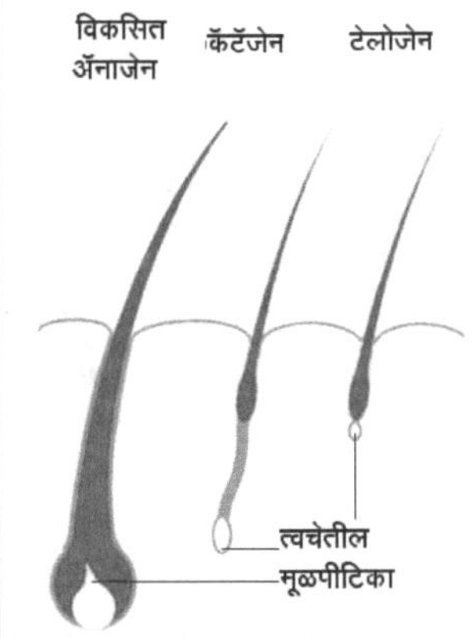

केसांच्या वाढीचे नैसर्गिक आवर्तन

जी बाब निरनिराळ्या व्यक्तिंच्या डोक्यावरच्या केसांच्या ॲनाजेनच्या अवस्थेच्या कालखंडाची तीच अंगावरच्या, निरनिराळ्या अवयवांवरच्या केसांची. डोक्यावरच्या केसांच्या ॲनाजेन अवस्थेचा काळ जास्ती असतो तर अंगावरच्या केसांच्या ॲनाजेन अवस्थेचा काळ कमी असतो. त्याच्या एकूण चक्राचा कालावधीही कमी असतो. त्यामुळं ते केस फार वाढू शकत नाहीत. त्यांची लांबीही मर्यादितच राहते. एकूण चक्राचा वेळही कमी असल्यामुळं ते केस वरचेवर गळून पडतात आणि परत वाढायला लागतात. तुला जरी ते वाढत नाहीत असं वाटत असलं तरी त्यांच्या वाढीचा वेग डोक्यावरच्या केसांच्या वाढीच्या वेगापेक्षा कमी असतो. तसंच वाढीचा एकूण काळही कमी असतो. त्यामुळं त्यांची लांबीही कमीच भरते. फारशी वाढ होण्यापूर्वीच ते गळून पडतात आणि त्यांची मुळं परत नव्यानं उभारणीला सुरुवात करतात. आपल्या शरीरात निरनिराळे अंतस्त्राव होत असतात. यांनाच हार्मोन असंही म्हणतात. जसं इन्शुलिन हे हार्मोन रक्तातल्या साखरेच्या प्रमाणाचं नियंत्रण करतं तशीच इतर काही हार्मोन केसांच्या मुळांवर परिणाम करून त्यांना काम करायला उद्युक्त तरी करत असतात किंवा त्यांच्या काम करण्यात आडकाठी आणून त्यांना काम बंद ठेवायला तरी लावत असतात. केसांच्या वाढीचं चक्र अव्याहत चालू ठेवण्यात या हार्मोनचाच वाटा असतो. काही वेळा इतर काही कारणांसाठी डॉक्टर अशा काही हार्मोनची इंजेक्शन देतात. तसं झालं की मग केसांची एकदम वाढ तरी होऊ लागते. किंवा ते गळून तरी पडतात. डोक्यावरचे तसंच अंगावरचेही. पण अंगावरच्या केसांची लव तशी कमी लांबीची असल्यामुळं तसंच विरळ असल्यामुळं त्यांच्यावर झालेले हे हार्मोनचे परिणाम लक्षातच येत नाहीत.'

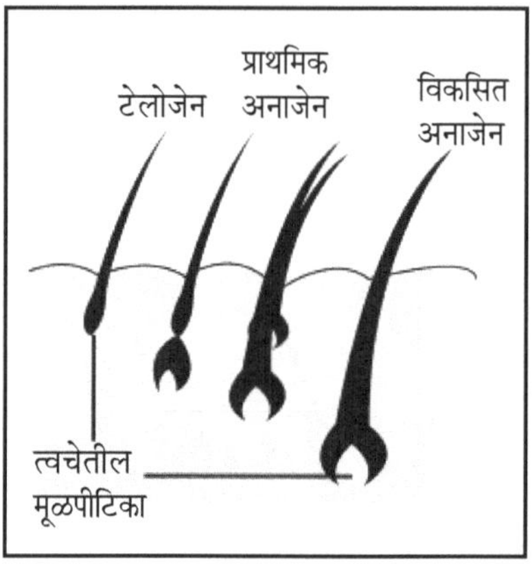

'मंग टकुरं भादरायपरीस किंवा दाडी घोटन्यापरीस या हारमोनची सुईच घ्यावी की. तसं जालं तर मंग काशावर बेकारीची पाळीच यायची की! छ्या, छ्या ह्ये कायी खरं न्हाई बगा.'

◆

जागते रहो–!

गेला तसाच ग्यानबा थोड्या वेळानं परत आला. तोवर दादासाहेबांनाही त्याला कामासाठी बोलावल्याची आठवण झाली होती. ग्यानबालाही उशीरानं का होईना आठवण झाल्याचं पाहून त्यांनाही समाधान वाटलं. ते त्याला कामाची कल्पना देणार तोच ग्यानबानंच विचारलं.

'आताच तुमी म्हनाला, की कायी लोकांस्नी ज्यादा झोपंची गरजच नसती. उगी आपली इवलीशी डुलकी काडली, की त्येंचं भागतं. मंग कायी लोकास्नी झोप अजाबात नगं आसंल. त्येस्नी नीज येतच नसंल.'

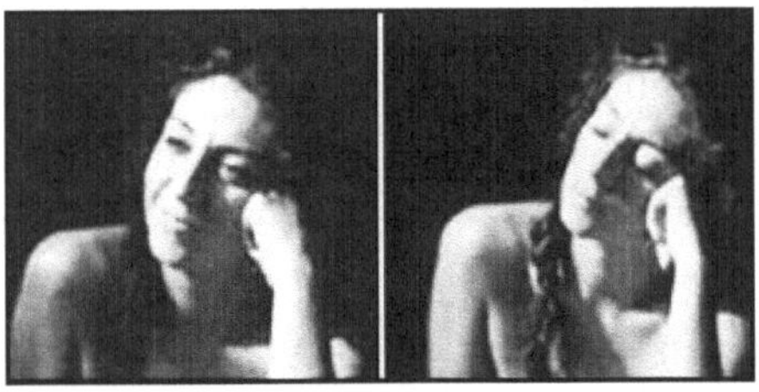

ग्यानबा परत आला तो कामाची आठवण झाल्यामुळं नसून आपल्याच तंद्रीत त्याला आणखी काही प्रश्नांनी सतावलं होतं म्हणून, हे दादासाहेबांच्या ध्यानात आलं. आता त्याचं शंकासमाधान केल्याशिवाय त्याचं लक्ष दुसरीकडे लागायचं नाही, याची जाणीव त्यांना होती. त्यामुळं त्याला सांगायचं काम जरासं लांबणीवर टाकत ते म्हणाले,

'तसं नाही हं. कारण कमी असो जास्त असो, प्रत्येकाला झोपेची गरज असतेच. काही कारणानं झोप मिळाली नाही, तर आरोग्यच बिघडतं. काही जणांना, विशेषत: वय झालं, म्हातारपण आलं, की झोप येत नाही. त्याला निद्रानाशाचा विकारच म्हणतात. म्हणजे झोप न येण्याचा आजारच असतो तो एक. रोगच म्हणेनास. तसा झाला, की मग त्यांना झोपेची औषधं घ्यावी लागतात. ती घेतली नाही, तर तो आजार बळावून काट्याचा नायटा होऊ शकतो.'

'पर कायी काम आसलं आनि झोप घ्येता आली न्हाई तर वो? आता

आपल्या फौजंमदलं जवान त्या तकडं बार्डरवर आसत्यात. शत्रू काय कवाबी येऊ शकतो. त्यो काय झोपंची येळ टाळनार हाये का काय? मंग त्येनला तर झोप न घ्येताच ऱ्हावं लागत आसंल. त्येंचं काय?'

'अरे त्यांनाही अधूनमधून झोप मिळावी म्हणून पाळीपाळीनं पहारा करतात. काही जवान शत्रूवर नजर ठेवून असताना त्याचे सहकारी झोप घेत असतात. तरीही शत्रूचा हल्लाच होत असेल तर मग काही कोणी झोपत नसेल. त्या कारणानं म्हणा किंवा इतर काही कारणानं म्हणा काही वेळा झोपेविना बराच काळ राहावं लागतं. अशा प्रकारे जास्तीत जास्ती वेळ झोपेविना राहण्याचा विक्रम १९६५मध्ये एका विज्ञान मेळाव्यात रॅन्डी गार्डनर या १७ वर्षांच्या तरुणानं केला होता. तो सलग २६४ तास, म्हणजे जवळजवळ ११ दिवस झोप न घेता जागा राहिला होता. झोपेविषयी संशोधन करणाऱ्या काही प्रयोगांमध्ये सामील झालेल्या काही जणांनी ८ ते १० दिवस झोपेविना काढल्याच्या नोंदी आहेत. तसं केल्यानं त्यांच्यामध्ये काही शारीरिक बिघाड झाल्याचं आढळलं नाही. त्यांच्या शरीराचं आतलं कामकाजही व्यवस्थित चालू होतं. त्यांचा मेंदू श्वासोच्छ्वास किंवा रक्ताचं चलनवलन करण्याचं कामही बिनबोभाट पार पाडत होता. या लोकांना काही मानसिक विकृती जडल्याचंही दिसलं नाही. पण मन एकाग्र करण्याची त्यांची क्षमता मात्र घटली होती. कोणत्याही कामावर आपलं सगळं ध्यान केंद्रित करणं त्यांना जमत नव्हतं. तसंच त्यांच्यामध्ये कशाचाही उत्साह राहिला नव्हता. आपल्या अवतीभवतीच्या घटनांची नीट पाहणी करणं, निरीक्षण करणं, त्या संबंधीचा तपशील व्यवस्थित ध्यानात घेऊन नोंदवून ठेवणं, त्यांना जमेनासं झालं होतं. कोणत्याही बाबीबाबत सुसंगत विचार करणंही त्यांना जमेनासं झालं होतं. थोडक्यात, त्यांची चलबिचल होत होती. आपल्या अवतीभवती काय घडतंय, याची जाणीव त्यांना नीटपणे होत नव्हती. त्यांचे डोळे उघडे होते. पण ते आसपासच्या जगाकडे

व्यवस्थित पाहू शकत होते की काय, याबाबत शंकाच होती. डोळे मिटलेले नव्हते आणि हाक मारली तर ती त्यांना ऐकू येऊन ते तिला ओ देत होते, म्हणून ते जागे होते असंच म्हणायचं. पण त्यानंतर झोप मिळताच एक दोन दिवसात ते पूर्णपणे पहिल्यासारखे झाल्याचंही दिसलं होतं. म्हणजे सलग दहा दिवस झोप न मिळाल्याचे काही कायमचे अनिष्ट परिणाम झाले नव्हते. जवानांचं म्हणशील तर लढाईच्या धुमश्चक्रीत चार दिवसांपर्यंत झोप न घेता लढत राहिल्याची कितीतरी उदाहरणं आहेत. आणि ते चारही दिवस ते पूर्ण ताकदीनं लढत होते याबद्दलही शंका नाही. पण त्यापेक्षा जास्ती काळ जर ते झोपेविना राहिले तर ते कितपत व्यवस्थित लढू शकतील, हे सांगता येणं कठीण आहे.'

'मंजी मंग त्यांचं बी डोळं मिटल्यालं नसतील. पर त्या डोळ्यास्नी आपला कोन आणि शत्रूचा कोन ह्ये वळकता येईनासं व्हईल, आसंच का न्हायी?'

'बरोबर बोललास बघ. खरं म्हणजे माणूस जागा आहे म्हणजे काय हेच नीट समजावून घ्यायला हवं. माणूस खरोखर जागा असतो तेव्हा स्वत:बद्दल तसंच आसपासच्या जगाबद्दल त्याला पूर्ण शुद्ध असते. ती त्याची शुद्ध थोडीजरी हरपली तरी मग तो जागा आहे असं म्हणता येणार नाही. झोप न घेता रात्रीच्या वेळी ट्रक चालवणाऱ्या ड्रायव्हरांना एक तर अधूनमधून डुलकी लागते, त्यांचे डोळे क्षणभर मिटतात. पण त्या क्षणभरात रस्ता सोडून ट्रक भलतीकडेच धावू लागतो. किंवा डोळे उघडे असले तरी आपण कुठं आहोत, काय करतो आहोत याचं भान त्यांना राहिलेलं नसतं. त्यामुळं त्यांचा गाडीवरचा ताबा सुटून ती वेडीवाकडी जाऊ लागते, अपघातात सापडते.'

'म्हनून तर म्या वाश्याला सांगत आसतो की बैलगाडीतनं जानंच ब्येस. मंजी गाडीवानाला जरी नीज आली तरी बैलं जागीच आसत्यात की. तवा आक्शिडेन व्हायची बातच न्हाई बगा.'

ग्यानबाच्या त्या खास मल्लीनाथीमुळं आता तो चांगलाच जागा झाला असल्याची दादासाहेबांची खात्री पटली. त्यांनी त्याच्यावर सोपवायच्या कामाची कल्पना त्याला द्यायला सुरुवात केली.

◆

काल रातीला सपान पडलं–

आज ग्यानबाला दादासाहेबांकडे यायला परत उशीर झाला होता. दादासाहेब त्याची वाटच पाहत होते. त्यांनाही ग्यानबाच्या या चक्रमपणाची सवय झाली होती. गडी तसा हुशार. त्यामुळं अनेक बाबींविषयी त्याला कुतूहल. शाळेत जाऊन सरधोपट शिक्षण त्यानं घेतलेलं नसलं, तरी अनेक विषयात त्याला गती होती. आणि दादासाहेबांकडून निरनिराळ्या वेळी मिळालेली निरनिराळ्या विषयांवरची माहिती त्यानं आपल्या तल्लख स्मृतीत व्यवस्थित साठवून ठेवलेली होती. त्याला एकदा समजावून सांगितलेली बाब परत सांगावी लागत नसे. तशी त्याची बुद्धिही विलक्षण होती. त्यामुळंच असावं कदाचित सरधोपट शिक्षणाशी त्याचं कधीच जमलं नाही. कारण एखाद्या नव्या बाबीचं शिक्षण मिळालं, की याच्या मनात तिसरीकडेच फाटे फुटणाऱ्या कल्पना येत असत. आणि मग त्यांचं निरसन करून घेतल्याशिवाय त्याला चैन पडत नसे. म्हणूनच तर त्याच्या या वेड्यावाकड्या पण पक्क्या शिक्षणात त्याला साथ देणाऱ्या दादासाहेबांशी त्याचं झक्कास जमत असे.

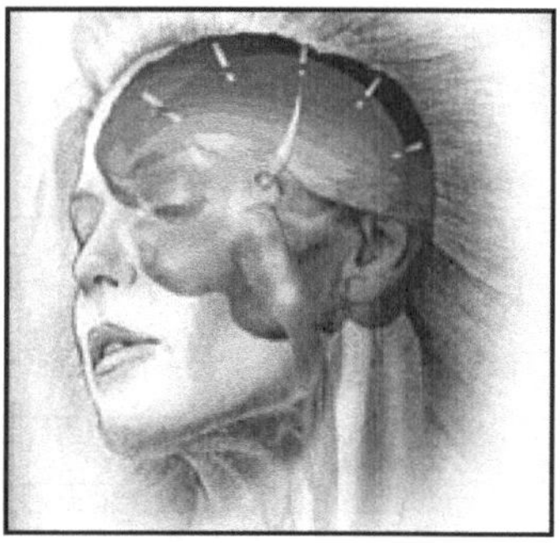

आताही तो आला तो एक असाच भन्नाट प्रश्न घेऊन. आल्याआल्या दादासाहेबांना बोलण्याची उसंतही न देता त्यानं विचारलं,

'मंजी दादासायब, कालच्याला एक किडा वळवळला.'

दादासाहेबांनाही त्याच्या या भाषेची आता सवय झाली होती. त्याला काहीतरी अफलातून प्रश्न विचारायचा आहे हे त्यांना समजलं. ते म्हणाले,

'हं, विचार. अशी कोणती समस्या तुला छळते आहे?'

'न्हाई, मंजी फाटच्या पारीला तुमी म्हनाला व्हता की सपान पडायची झोप वायली आन् वाग आला तरी न उटायची झोप वायली. तवा म्हनलं, की

समद्यांस्नीच सपान पडत आसंल काय?'

'हो तर! अरे ज्यांना अजून बोलता येत नाही अशा तान्हुल्या मुलांनाही स्वप्नं पडतात. झोपेतच मुलं खुदकन हसताना किंवा चेहरा एकदम रडवा करताना बघितलं नाहीस का कधी तू?'

'त्येच तर इचारायचं हाय. अशी समद्यांस्नी सपान पडत आसतील तर मग ज्यांना अजाबात दिसत न्हाई अशा आंदळ्या मानसांस्नी पन सपान पडत आसंलच की. मंग जागं आसताना त्येनला बगाया यीना ती सपनात कसं काय बगत आसत्याल?'

दादासाहेबांना ग्यानबाचं कौतुक वाटलं. होता खरा त्याचा प्रश्न विचार करण्यासारखा. जागेपणीही ज्यांच्या नजरेला काही पडत नाही त्यांना स्वप्नात सारी दृश्यं कशी काय दिसत असतील हा तसा तर्कसंगतच सवाल होता.

'तुला वाटतं ते खरंच आहे ग्यानबा. आंधळ्या माणसांनाही स्वप्नं पडतात. पण त्यांना केव्हा आंधळेपण आलं यावर त्यांना स्वप्नातली दृश्यं दिसू शकतात की नाही हे अवलंबून असतं. जर वयाचं पाचवं वर्षं उलटायच्या आतच आंधळेपण आलं असेल तर ती स्वप्नातही काही 'बघू' शकत नाहीत. पण म्हणून त्यांची स्वप्नं आपल्यासारख्या इतर मंडळींसारखी मजेदार किंवा तपशीलवार नसतात असं नाही. त्यांच्या स्वप्नांमध्येही कल्पनेची भरारी आणि तपशील भरपूर असतो. त्यांना बहुधा स्वप्नं 'ऐकू' येतात. जागेपणीही जशी ही माणसं पाहण्यापेक्षा ऐकण्यावरच आपला कारभार चालवतात तशी स्वप्नातही ती आपल्या ऐकण्यावर अवलंबून असतात. आणि स्वप्नातही त्यांना तऱ्हेतऱ्हेचे आवाज ऐकू येतात, निरनिराळ्या आवाजांवरून निरनिराळ्या घटनांचा मागोवा घेणं त्यांना शक्य होतं. त्यामुळेच त्यांचीही स्वप्नं तपशीलवार असतात.

मात्र जर वयाच्या सातव्या वर्षानंतर आंधळेपण आलं असेल तर अशी आंधळी माणसं इतर सामान्यजनांसारखी स्वप्नंही 'बघू' शकतात. त्यांचीही स्वप्नं मजेशीर दृश्यांनी भरलेली असतात. आंधळेपण आल्यानंतर वीस पंचवीस वर्षं उलटली तरीही त्यांची स्वप्नातली 'दृष्टी' गेलेली नसते. तेवढा काळ उलटल्यानंतरही ती जागेपणी नसली तरी स्वप्नात 'बघू' शकतात.'

'मंजी पाचव्या वर्साअगुदर आंधळं जालं तर सपनातबी दिसत न्हाई आन्

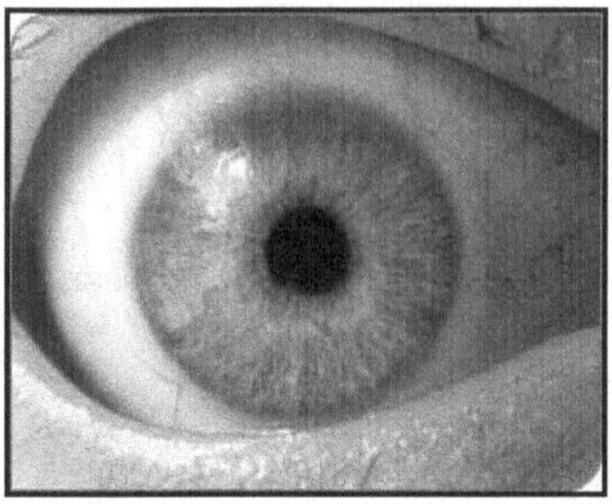

सातव्या वर्सापत्तुर नदर शाबूत ऱ्हायल्याली आसंल तर जागं असताना नसलं तरी सपनात मातर दिसतं. पर ज्येंची नदर पाचव्या वर्सांनंतर पन सातव्या वर्साअगुदर जाती त्येंचं काय? त्येनला काय दिसत पन न्हाई आन् ऐकू पन येत न्हाई?'

आपल्या सांगण्याकडे ग्यानबाचं लक्ष आहे, तो मन लावून ऐकतो आहे, समजून घेत आहे हे पाहून दादासाहेबांना बरं वाटलं.

'त्यांच्या बाबतीत नेमकी काय परिस्थिती असते हे अजून तरी नीटसं समजलेलं नाही. यापैकी काहीजणांना थोडंफार दिसतं, कदाचित अंधुकसं दिसत असेल, त्यातला तपशील जाणवण्याइतपत त्यांना नीट दिसतं की नाही, याची अजून व्यवस्थित कल्पना आलेली नाही. कारण त्यांच्यापैकी काही जणांच्या बाबतीत तरी स्वप्न पडायच्या वेळच्या झोपेत बुबुळांची जी अस्वस्थ हालचाल होत असते, मिटल्या पापण्यांआड डोळे झपाटल्यासारखे इकडेतिकडे धावत असतात तशी होत असलेली आढळली आहे. उलट ज्यांना पाचव्या वर्षांच्या आधीच आंधळेपण आलेलं आहे किंवा जी जन्मजात आंधळी आहेत अशांना स्वप्नं पडत असतानाही डोळ्यांची अशी हालचाल होत असलेली दिसलेली नाही. आपण स्वप्नं पाहिलं असं या लोकांनी सांगितलं तरी त्यांच्या झोपेच्या संपूर्ण वेळात डोळ्यांची अशी जलद हालचाल झालेली डॉक्टरांना दिसलेली नाही. पण ही मंडळी त्यांना ऐकू आलेल्या अनेक प्रकारच्या आवाजांबाबत मात्र तपशीलवार रंगतदार वर्णनं करून सांगतात.'

'मंजी सपान पडायच्या झोपंत डोळं जे भन्नाट धावत आसत्यात ते त्या सपनातल्या गोस्टी बगन्यासाटीच म्हना की. आता ज्या आंधळ्यांना सपनातबी कायी एक दिसत न्हाई त्येंचं डोळं कशापायी हालतील गा?'

वैज्ञानिकांनाही पडलेल्या कोड्याचं असं वरवर तर्कसंगत वाटणारं उत्तर देऊन ग्यानबा तिथून चालता झाला.

◆

झणझणीत

हाय हुय करतच ग्यानबा आला. त्याच्या नाकातून, डोळ्यातून पाणी वाहत होतं. कपाळावर घामाचे थेंब तरारले होते. ग्यानबा नसत्या उचापती करत हिंडत असतो, याची दादासाहेबांना कल्पना होती. त्यातलीच एखादी अंगाशी आली असेल, अशी त्यांची समजूत झाली. तरीही ग्यानबाची स्थिती पाहून नाही म्हटलं तरी तेही थोडेसे घाबरले. एकदम पुढे होत त्याला हात देत त्यांनी विचारलं,

'अरे झालं तरी काय? कुठं गेला होतास?'

त्यावर काहीही उत्तर न देता ग्यानबा धापा टाकत राहिला. तोंडानं जोरजोरात श्वास सोडत राहिला. हातानं काहीतरी खुणा करत तो दादासाहेबांकडे काहीतरी मागत होता. पण त्याला काय म्हणायचंय, हे त्यांना समजेना. तेव्हा त्याला हाती धरून जवळच्या खुर्चीत बसवत त्यांनी त्याला उसंत घेऊ दिली. त्याच्या श्वासोच्छ्वासाची लय नेहमीप्रमाणे होण्याची चिन्हं दिसू लागताच, त्यांनी परत त्याला विचारलं,

'कशामुळं तुझी अशी स्थिती झाली, हे आता तरी सांगशील?'

'सांगतुया न्हवं. कायी न्हायी. म्या एक लवंगी मिरची खाल्ली आन् तोंडात जळतं लाकूड ठेवल्यावानी तोंडाचा असा आग्यामोवोळ व्हाया लागला, काय इचारु नगा. नाकातोंडातनं आग ओकल्यावानी वाटाय लागलं. काय सुदरना झालंय बगा.'

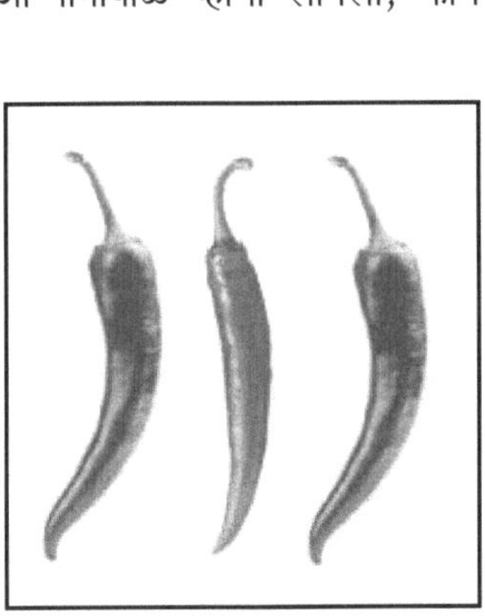

'ते तर दिसतंच आहे. अरे मग थोडं पाणी प्यायचंस. थांब जरा मीच आणतो.'

पाणी आणण्यासाठी उठू पाहणाऱ्या दादासाहेबांना ओढून खाली बसवत ग्यानबा म्हणाला,

'नगं, नगं, पानी नगं. म्या गेल्तो ना पानी प्याया. पर पान्याचा घोट घेतल्याबरुबर आग पसरल्यावानी झालं बगा. तोंडातली

आग नाकाडोळ्यात बी जाया लागली. इजन्यापरास इकडं तिकडं हातपाय पसराया लागली. मस्नी कायी कळंनाच जालं. म्हनूनशान तर हितं आलो.'

'बरोबर आहे. मिरचीचा झणका पाण्यानं थंड होण्याऐवजी उलट वाढतोच. मला जरा त्याचा विसरच पडला होता. आठवण करून दिलीस हे ठीकच झालं.'

'पर मिरचीसारकं कायी तिकाट खाल्लं का आसं आगाग जाल्यावानी, वनवा पेटल्यावानी का वाटतं?'

ग्यानबाच्या तोंडातली आग आटोक्यात येत चालल्याची ही चिन्हं होती. म्हणून तर ग्यानबानं नेमका सवाल केला होता.

'हे बघ आपण कोणताही पदार्थ खातो, तेव्हा त्याची चव आपल्याला कशी कळते? म्हणजे साखर खाल्ली, की ती गोड असल्याचं किंवा मीठ दाताखाली आलं, तर ते खारट असल्याचं आपल्याला कसं समजतं?'

'कसं मंजी. आपल्या जिबंला त्याची चव कळती न्हवं का?'

'ते खरंच आहे. कोणत्याही पदार्थाची चव आपल्याला समजते, कारण आपल्या जिभेवर या पदार्थांना दाद देणाऱ्या रुचीपीटिका म्हणजेच काही गाठी असतात. त्यांची आणि या पदार्थांमधल्या रसायनांची गाठ पडली, की त्या भेटीमुळं एक रासायनिक प्रक्रिया होऊन तिथं एक विजेचा लोळ तयार होतो.'

'हांगाशी! म्हनूनशान असं आग जाल्यावानी वाटतं तर!'

'नाही. तसं असतं तर कोणताही पदार्थ खाल्ल्याबरोबर आगीची भावना झाली असती. हा विजेचा लोळ अतिशय हलका असतो. आणि तो तयार होतो तो त्या जिभेवरच्या त्या गाठीला जोडलेल्या आपल्या मज्जारज्जूंमध्ये. म्हणजे आपल्या मेंदूपासून तिथपर्यंत आलेल्या अतिशय बारीक धाग्यांमुळं. वीज वाहून नेणाऱ्या तारा कशा असतात, आपल्या ट्रान्झिस्टर रेडिओमधल्या तारा कशा

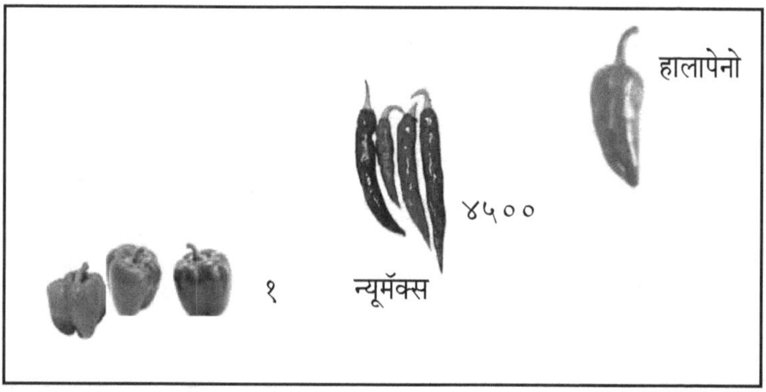

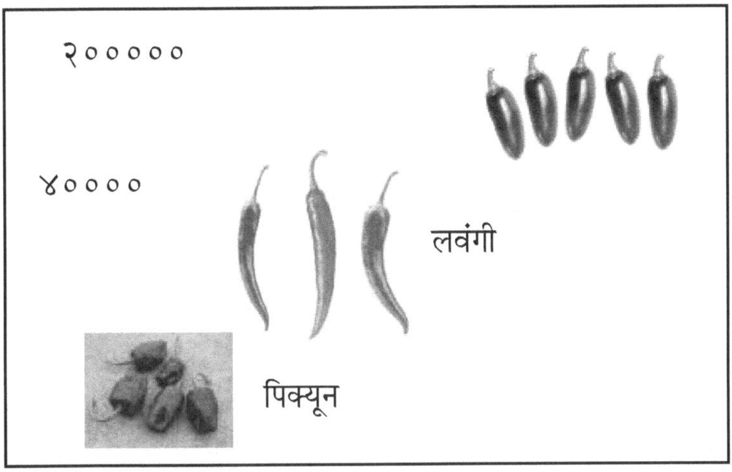

अतिशय नाजुक असतात, तशाच प्रकारचे हे अतिशय नाजुक धागे असतात. या नाजुक मज्जारज्जूंवर स्वार होत तो लोळ मेंदूपर्यंत पोचतो. तिथं त्या लोळातून मिळालेल्या संदेशाची, माहितीची फोड होते. मेंदू तो संदेश वाचतो आणि त्याचा अर्थ लावतो. त्यावरून मग कोणत्या प्रकारची संवेदना होत आहे, हे कळतं. आपले डोळे जे पाहतात त्यातली माहिती, कान जे ऐकतात त्यातली माहिती, नाक ज्याचा वास घेतात त्यातली माहिती किंवा आपल्या हातापायाच्या, अंगाच्या कातडीला ज्यांचा स्पर्श होतो त्यातली माहिती अशाच प्रकारे मेंदूपर्यंत पोचत असते. तिथं त्या माहितीची उकल होऊन त्यावर करायच्या कामगिरीबद्दलचा आदेश मग आपल्या स्नायूंना दिला जातो. म्हणजे आपलं बोट शेगडीजवळ असेल आणि तिथल्या ज्वाळेचा चटका त्याला मिळाला असेल, तर बोटावरच्या कातडीला झालेल्या तापलेल्या तव्याच्या स्पर्शातून मिळालेली माहिती त्या बोटाला जोडलेल्या मज्जारज्जूंकडून मेंदूला मिळते. तिथं त्याची उकल झाल्याबरोबर मेंदूत साठवून ठेवलेल्या ज्ञानाबरोबर ती पडताळून पाहिली जाते. त्यातून ते बोट जर तसंच तिथं राहिलं तर ते भाजेल, जळेल हे समजतं. मग मेंदू बोटांना जोडलेल्या स्नायूंना आखडण्याची आज्ञा करतो. तिचं पालन केल्यानं ते बोट त्या तव्यापासून दूर जाईल, अशी व्यवस्था केली जाते.

मिरचीच्या आत कॅप्सायसिन नावाचा एक पदार्थ असतो. त्याची आणि जीभेवरच्या गाठींची सांगड झाली, की जो संदेश मेंदूला मिळतो, तो अंगाभोवती आग पसरलेली असली तर मिळणाऱ्या संदेशासारखाच असतो. त्यामुळं मेंदूलाही अंगांगाला आग जाळत असल्यासारखं वाटतं. आणि अशा वेळी मग त्या

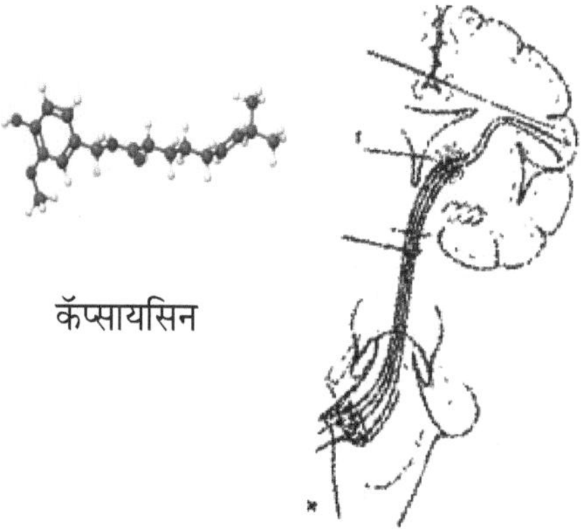

कॅप्सायसिन

आगीच्या धगीपासून बचाव करण्यासाठी जी व्यवस्था केली जाते, तीच कामात आणली जाते. आलेला संदेश आगीची धग अंगाला लागल्यामुळं आला आहे, की जीभेवर मिरचीतलं कॅप्सायसिन ठेवल्यामुळं आला आहे, हे मेंदूला कळत नाही. तो आपला शरीराचा बचाव करण्यासाठी लगबग करतो. म्हणून आपल्याला असं तिखट खाल्ल्यावर आगीची भावना होते. त्यात निरनिराळ्या तिखट पदार्थातलं कॅप्सायसिनचं प्रमाण कमीजास्ती असतं. ज्याची आपण भाजी किंवा भजी करतो त्या भोपळी मिरचीतलं कॅप्सायसिनचं प्रमाण अगदीच थोडं असतं. त्यामुळं ती खाल्ल्यावर उगीचच हुळहुळल्यासारखं होतं. त्याऐवजी लवंग खाल्ली तर जास्ती आग होते. कारण तिच्यात जास्ती कॅप्सायसिन असतं. लवंगी मिरचीत सर्वात जास्ती असतं. भोपळी मिरचीच्या दहालाखपटीहूनही जास्ती. त्यामुळंच अशी आगाग होते. थोड्यावेळानं सारं काही शांत शांत होईल बघ.'

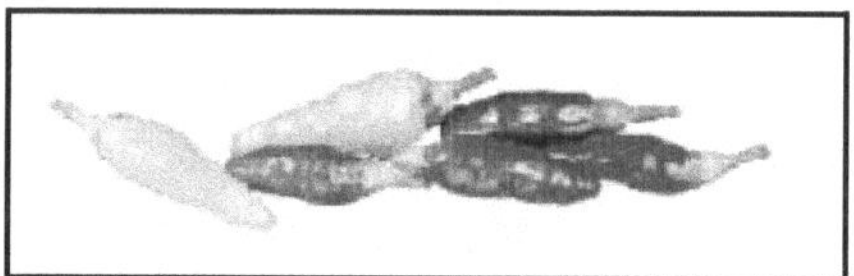

एरवी काही ना काही मल्लीनाथी करणाऱ्या ग्यानबाचं तोंड यावेळी मात्र निखाऱ्यांचा तोबरा दिल्यासारखं बंदच राहिलं होतं.

◆

तिखटजाळ

काहीही न बोलता ग्यानबा तसाच बसून राहिला होता. त्याच्या तोंडातली आग अजून संपूर्णपणे आटोक्यात आलेली नव्हती. तरीही त्याच्या डोक्यामध्ये काहीतरी चक्र जोरजोरानं फिरत असणार, याची दादासाहेबांना खात्री वाटत होती. त्याच्या चेहऱ्यावरचे आविर्भाव तेच सांगत होते.

'आता समाजलं आपुन तिकाटजाळ का म्हनतो त्ये. आपल्या मेंदूला तिकाट काय आन् जाळ काय, एकसारकाच वाटतुया. तवाच आपुन पन त्येंची सांगाड घातलीया. तरी परास त्येच्यामंदी एक लई मोटा फरक हायच की!' ग्यानबा म्हणाला.

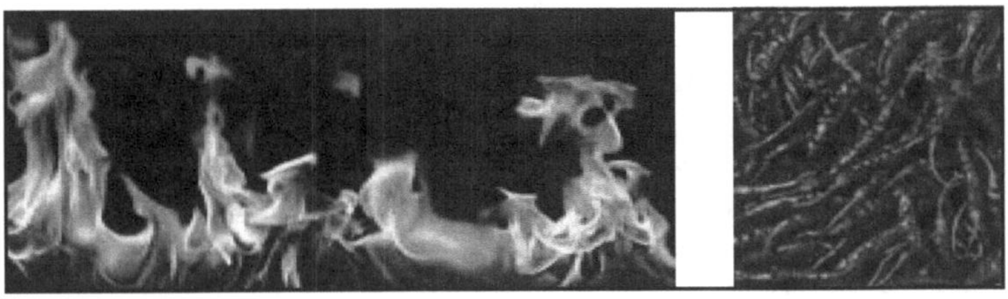

'तो कोणता?' दादासाहेबांनी कुतूहलानं विचारलं. मगाशी आवरून धरलेली खास ग्यानबाच्या शैलीतली मल्लीनाथी आता आपल्याला ऐकायला मिळणार, याची त्यांना खात्री वाटू लागली.

'जाळावर पानी वतलं की त्यो इजाय लागतो. आपलं हातपाय आवरून घ्याया लागतो. पन तिकटाचं तसं न्हाई. त्ये बेनं पानी दिल्यावर इजायपरीस फुगायाच लागतं. लईच फांदेबाजी कराय लागतं. आपल्याला नाचाय लावतं. त्ये कसं काय म्हनतो म्या?'

'खरं आहे तुझं म्हणणं. पण त्याचं कारण तुला मेंदूत नाही सापडणार. ते आहे त्या मिरचीतल्या कॅप्सायसिनमध्ये. आपण मिरची खाल्ली, तरी तिखटाला कारणीभूत असतं ते कॅप्सायसिन.'

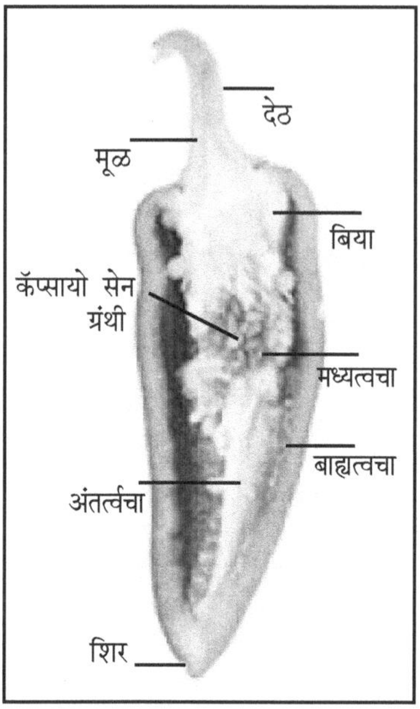

'पर मिरचीमंदी कुटं कुटं आसतं ह्ये कापसाचं सिंग? हां, त्या बियांमंदी आसल. कारन आये न्हेमी भजी करन्याअगुदर त्या बिया काडून टाकती.'

'नाही. मिरचीचा तिखटपणा त्या बियांमध्ये असल्याची समजूत असली, तरी ती तितकीशी खरी नाही. म्हणजे त्यांच्यामध्ये कॅप्सायसिन अजिबात नसतं, असं नाही. पण त्याचं खरं कोठार असतं, ते त्या मिरचीच्या आत ज्या उभ्या फुगीर शिरा असतात त्यांच्यामध्ये. तसं ते आहे एक प्रथिनच. म्हणजे ते खाल्ल्यानं तसा अपाय नाही. अर्थात त्याचा तिखटपणा सर्वांनाच सारख्याच प्रमाणात पचतो, असं नाही. पण प्रथिन असलं तरी त्याची खासियत वेगळीच आहे. ते पाण्याशी फटकून वागणारं आहे. पाण्याच्या रेणूंना म्हणूनच ते दूर लोटतं. पाणी जवळ आलं, की उलट ते आपल्याच भाईबंदांना अधिक घट्ट धरून ठेवतं. आता पाण्यापासून असं दूर राहिल्यानं ते पाण्यात विरघळतच नाही. आणि त्यामुळं पाणी घालून ते तसं कमजोरही करता येत नाही. साखर कशी पाण्यात विरघळते. त्यामुळं त्याच्या पाकात पाणी घातलं, की तो पातळ होतो. अधिक पाणचट लागतो. त्याची गोडी कमी होते. मीठाचंही तसंच आहे. मिठाच्या द्रावणात जास्ती पाणी ओतलं, की त्याचा खारटपणा कमी होतो. पण या कॅप्सायसिनचं तसं नसतं. त्याचा तिखटपणा असं पाणी ओतून कमी करता येत नाही. कारण ते पाण्याशी मुळी काही संबंधच ठेवत नाही. त्यामुळं तोंड तिखटानं भाजल्यानंतर पाणी पिऊन त्याचा ठणका कमी होत नाही. उलट कॅप्सायसिनचे रेणू अधिक जवळ आल्यानं त्याचा तिखटपणा वाढल्याचीच आपली भावना होते. तोंडाची

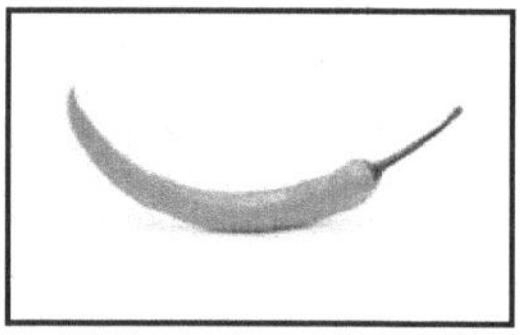

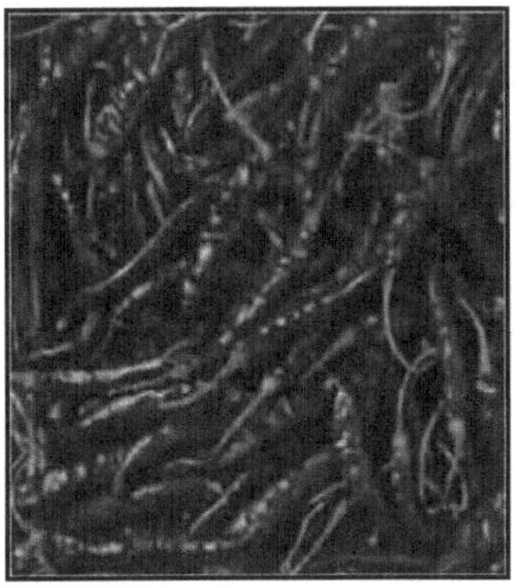

अधिकच आग आग झाल्यासारखं होतं.'

'आरं तिच्या मारी! आशी भानगड हाये व्हय या कापसाच्या सिंगाची. पर मग त्येचा तिकाटपना घालवायचा कसा?'

'त्याचाही उपाय आहे. कारण असे पाण्याशी फटकून वागणारे पदार्थ तेलातुपासारख्या चरबी असलेल्या पदार्थांशी मैत्री करून असतात. पाण्यात ते विरघळलं नाही, तरी तेलातुपामध्ये ते विरघळतं. तुझ्या हाताला जर काही सरसासारखा चिकट पदार्थ लागलेला असला किंवा फणसातला चीक चिकटलेला असला, तर तो पाण्यानं धुवून निघतो का? एवढंच कशाला पण तुम्ही धुळवडीच्या दिवशी काही रंग लावता, तोही असा नुसती आंघोळ करून धुतला जात नाही. त्यासाठी पहिल्यांदा त्या रंगावर तेल चोपडावं लागतं आणि मगच साबण त्याचा लेप काढून टाकायला मदत करतो. तसंच हे कॅप्सायसिन पाण्याशी नसलं, तरी तेलातुपासारख्या स्निग्ध पदार्थांशी सख्य बाळगून असतं. त्यामुळं पाण्याऐवजी जर त्याच्यावर अशा स्निग्ध पदार्थांचा मारा केला, तर त्याची दाहकता कमी होऊ शकते. पाणी पिण्याऐवजी जर अशावेळी चमचाभर तूप खाल्लं, तर तोंडाची आग जास्ती भडकण्याऐवजी आटोक्यात येऊ लागते. तूप जरी नाही मिळालं, तरी अशा वेळी नुसताच कोरडा भात खाल्ला तरी चालतं. पाणी पिण्याऐवजी ते बरं.'

'पर आसं नुसतं कोरड्यास खाऊन त्या कापसाच्या सिंगाचं परमाण कमी कसं काय व्हनार?'

'ते कमी होतं कारण आता भाताच्या कणांबरोबर ते चिकटतं आणि भाताच्या कणांमध्ये ते मिसळून गेल्यानं त्याचं प्रमाण कमी होतंच. त्यासाठी ते पाण्यासारख्या कोणत्याही पातळ किंवा द्रव पदार्थाच्या रेणूंबरोबरच मिसळलं पाहिजे असं नाही. आपण असं तिखटानं तोंड भाजलं की काय करतो? तर हाय हाय झाल्यानं एक तर तोंडावर हात धरतो. त्यामुळं हाताला चिकटलेले कॅप्सायसिनचे रेणूही तोंडाजवळ येतात. नाकाडोळ्यांना झोंबतात. आगीचा वणवा आणखीच पसरतो. तसंच पाणी प्यायल्यानंही तो पसरतो. त्याऐवजी शांतपणे कोरड्या भाताचा एक घास घेतला किंवा जवळ असलंच तर

थोडंसं तूप चाटलं तरी काम भागतं.'

'त्ये समदं शानपनाचं आसंल पर त्वांडाचा भडका उडाल्याबरूबर ह्ये समदं कसं काय आठवावं गा? अशावेळी सय येती ती आयेची. आन् फटाक्कन हात जातो त्वांडावर, बोंब मारन्यासाठी. त्येच्यावर काय उपाय त्ये सांगा अदुगर.'

◆

लोखंडाचे रंग

धापा टाकतच मुळी ग्यानबा आला. त्याच्या अंगातून घामाच्या धारा निघत होत्या. सदरा अंगाला चिकटून बसला होता. त्याचा चेहराही लालेलाल झाला होता. तो आला तसा धप्पकन समोरच्या खुर्चीत बसला.

दादासाहेब त्याच्याकडे बघतच राहिले. 'आज हवा तर तशी थंडच आहे. मग याला एवढा घाम यायला काय झालं? आणि असा दमलाय कशानं?' त्यांच्या मनात विचार आला. ग्यानबाला विचारावं, तर तो अजूनही जोरानं श्वास घेत होता. दादासाहेबांनी त्याला प्यायला पाणी दिलं. थोडावेळ तसाच जाऊ दिला. आणि ग्यानबाचा दम त्याच्या ताब्यात आल्याचं पाहून त्यांनी विचारलं,

'अरे एवढा घामाघूम कशानं झालास? काय तालमीत जाऊन दंडबैठका काढत बसला होतास की काय?'

'न्हाय बा! म्या तर इट्या लव्हाराच्यात ग्येलतो.'

'विठ्ठल लोहाराकडे? ते कशाला?'

'बानं धाडल्यालं. आमच्या नांगराच्या फाळात काय तरी मिष्टिक आल्याली. ती दुरुस्त कराय ग्येलतो. इट्या येळ लागंल म्हनताना त्यो त्येच्याकडंच ठिवूनश्यान हिकडं आलो.'

'पण मग एवढं घामाघूम व्हायला आणि धापा टाकायला काय झालं? चेहराही लालबुंद झालाय तुझा.'

'इट्या आपली भट्टी प्येटवून बसल्याला. त्यो कोनाच्या तरी घोड्याचा नाल करीत हुता. मला म्हनला जरा भाता हलीव वाईच. म्या त्ये कराय लागलो. त्या भट्टीत लई अंगार बगा.'

'लोहाराची भट्टी चांगलीच तापलेली असणार. तिथं काम केल्यावर घाम येणं आणि चेहरा लालीलाल होणं साहजिकच आहे.'

'तर मंग वो. त्या लोखंडाचा रंग बी लालीलाल हुतो तवा माज्या तोंडाचं काय? पर त्ये बगूनच तुमास्नी इचारावं वाटलं म्हून बिगीबिगी आलो बगा. इट्यानं त्या आगीत घातल्याला त्यो लोखंडाचा तुकडा बगितला म्या. त्येचं रंग पालटत हुतं बगा. मंजी त्यो आगीत धरला तवा काळाच हुता. पर मंग लाल जाला. त्येच्यानंतर पिवळा जाला जर्द धामणीसारका. मंग येकदम निळाच जाला बगा. ह्ये असं रंग कशापायी पालटतं त्ये बेनं लोखंड? सरड्यापरस?'

निरनिराळ्या धातूंच्या संयुगांमुळे ज्योतीचा रंग बदलतो

'हे बग तू ज्याला लोखंड म्हणतोस ते तसं शुद्ध लोखंड नसतं. ते पोलाद असतं. लोखंड तसं मऊ असतं. शिवाय त्याचा तुकडाही सहजासहजी पडतो. त्याला टणकपणा देण्यासाठी त्यात कार्बन तसंच काही इतर धातू मिसळले की त्यापासून जो मिश्र धातू तयार होतो, तेच पोलाद. पोलाद लोखंडापेक्षा जास्ती टणक असतं. ते लवचिकही असतं. त्यामुळं त्याला निरनिराळे घाट देता येतात. पण त्यासाठी त्याला आगीत घालून मऊ करावं लागतं. तसं करताना त्यात जे क्रोमियम, निकेल, मॅन्गॅनीज यासारखे दुसरे धातू मिसळलेले असतात, त्यांचा हवेतल्या प्राणवायूशी म्हणजेच ऑक्सिजनशी संबंध येतो. त्यामुळं त्या धातूंची ऑक्साईडसारखी संयुगं तयार होतात. त्यांचा एक थर त्या पोलादाच्या पृष्ठभागावर राहतो. त्या पोलादात इतर धातूंचं प्रमाण किती आहे यावर, तसंच ते किती तापवलं गेलंय यावर, त्या थराची जाडी अवलंबून असते.

आता या पोलादावर सूर्यप्रकाश पडला की त्या वरच्या थराकडून तो परतवला जातो. सूर्यप्रकाशात सात निरनिराळे रंग असतात....'

'तानापिहिनिपाजा.' दादासाहेबांचं वाक्य पूर्ण होण्यापूर्वीच ग्यानबा जोरानं ओरडला.

'बरोबर.' हसत हसत दादासाहेब म्हणाले, 'चांगलंच ध्यानात ठेवलं आहेस की! तर पोलादाच्या पृष्ठभागावरच्या त्या थराकडून प्रकाश जेव्हा परतवला जातो

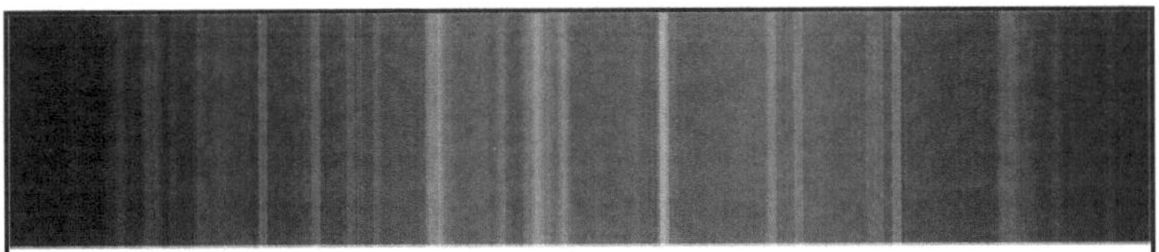

तापमानानुसार रंगांचा वर्णपटच तयार होतो

तेव्हा त्यातले सगळेच रंग सारखेच परतवले जात नाहीत. त्या थराच्या जाडीनुसार वेगवेगळ्या रंगांचं परावर्तन होत असतं. जेव्हा आगीत ते पोलाद नुकतंच घातलेलं असतं तेव्हा त्याचं तापमान फारसं चढलेलं नसतं. त्यामुळं सुरुवातीला त्याचा रंग लालीलालच दिसतो. आगीतल्या पेटणाऱ्या कोळशासारखा. कारण त्यावेळी त्या पोलादात असलेल्या कार्बनचाच जास्ती प्रभाव असतो. पण जसजसं तापमान वाढत जातं तसतसा त्या रंगांमध्ये फरक पडत जातो. तापमान आणखी जरासं चढलं की लाल रंगाची जागा पिवळा रंग घेतो. सोन्यासारखा पिवळा. तापमान आणखी जास्ती वाढेपर्यंतच तो पिवळा राहतो. त्यानंतर त्याचा रंग निळसर होतो. गॅसची ज्वाला कशी निळसर दिसते तशा प्रकारचा निळा. तरीही ते पोलाद आगीत राहिलं आणि त्याचं तापमान आणखी जास्ती झालं की त्या निळसर रंगाची छटाही बदलून जाते. ते काळपटपणाकडे झुकतं. मध्यरात्रीचं निळं आकाश कसं निळंकाळं दिसतं, तशा प्रकारचा निळा रंग त्या पोलादाला येतो. आणि त्यानंतर मग ते परत काळंकुळकुळीत होऊन जातं. अर्थात विठ्ठल लोहाराच्या भट्टीतलं तापमान तितकं चढत नाही. आणि तो तितका वेळ पोलादाचा तुकडा भट्टीत धरतही नाही. तो त्या पोलादाला निरनिराळा घाट देण्यासाठी ते मऊ होईपर्यंतच तापवतो. त्यामुळं बहुतेक वेळा तो रंग लाल किंवा फार फार तर पिवळाच दिसतो. पण असं लाल होईपर्यंत तापलेलं पोलाद जर पाण्यात धरून हळूहळू थंड केलं तर त्याच्यावर निळसर झळाळी चढल्याचं दिसून येईल.'

'मंग त्वांड लालीलाल व्हईपर्यंत तापिवलं आन् मंग नळाखाली धरूनशान तुमी म्हनता तसं हलकंच थंड करीत ऱ्हायलं तर त्येच्यावरबी तसाच निळा रंग चडाया व्होवा. आता त्या पांढऱ्याला पार निळा करून टाकतो बगा.'

'अरे भलतंसलतं काही तरी करू नकोस.' असा इशारा दादासाहेब देईपर्यंत नेहमीप्रमाणे मुसंडी मारत ग्यानबा तिथून निघूनही गेला होता.

◆

उलटी सुलटी

धावतपळत ग्यानबा दादासाहेबांच्या घरात शिरला, तेव्हा दादासाहेब दाढी करत होते. आरशातच त्यांना ग्यानबा दिसला. तो धापा टाकत होता. त्या बरोबर दादांनी विचारलं,

'काय रे? असा वेगानं धावत पळत का आलास? कसली गडबड आहे एवढी?'

ग्यानबा मात्र त्यांना उत्तर न देता त्यांच्याकडे टक लावून पाहतच राहिला. दादांनी परत परत विचारूनही ग्यानबा काही बोलला नाही. त्याला दम लागला आहे, श्वास घ्यायला वेळ द्यायला हवा, म्हणून मग दादाही गप्प बसले आणि आपली दाढी आटपू लागले. त्यांची दाढी होईपर्यंत ग्यानबाही स्वस्थ झाला होता. हातातल्या छोट्या टॉवेलनं तोंड खसाखसा पुसत दादा सोफ्यावर येऊन बसले तरी ग्यानबा गप्पच होता. मात्र तो आरशाकडे टक लावून बघत होता. त्याचा विक्षिप्तपणा माहिती असल्यामुळं दादाही काहीच बोलले नाहीत.

अकस्मात आरशाकडे बोट दाखवत ग्यानबा म्हणाला,

'दादा, अवं त्या आरशाचीबी कमालच हाय बगा. आता तुमी दाडी करत व्हता तवा म्या बगिटलं, आरशात तुमी उलटे जाला व्हतात.'

'उलटा?' आश्चर्यानं दादांनी विचारलं.

'व्हय जी. मंजी तुमची डावी उजवी

जालती आणि उजवी डावी.'

'हं, हं ते म्हणतोस होय!' त्याच्या उलटीचा अर्थ समजून दादा हसत हसत म्हणाले. 'त्याचं काय?'

'मंजी आरसा मानसाला उलटा करतो का न्हाय? पर मग त्याचं डोस्कं पायाकडं आन् पाय डोईकडं का व्हत न्हाईत?'

'छान विचारलंस.' त्याच्या प्रश्नाला दाद देत दादा म्हणाले, 'तू माणूस उलटा होतो म्हणालास, तेव्हाच तुला सांगणार होतो. खरं म्हणजे कोणत्याही वस्तूची आरशातली प्रतिमा अशी उजवीडावीकडून उलटी होत नाही. त्याची प्रतिमा आरशाच्या पुढ्यातून त्याच्या मागील बाजूकडे जाते. कसं ते सांगतो. तू आरशासमोर उभा राहतोस तेव्हा तुझी उजवी बाजू तुला डावी आहे असं फक्त वाटतं. ती खरोखरीच तुझ्या डावीकडे आलेली असते का? बघ, बघ आरशासमोर उभा राहून बघ. तुझ्या उजव्या बाजूची प्रतिमा तुझ्या उजवीकडेच असते. उजवा हात जर आणखी उजवीकडे नेलास तर तो आरशातही तुझ्या उजवीकडेच जातो.

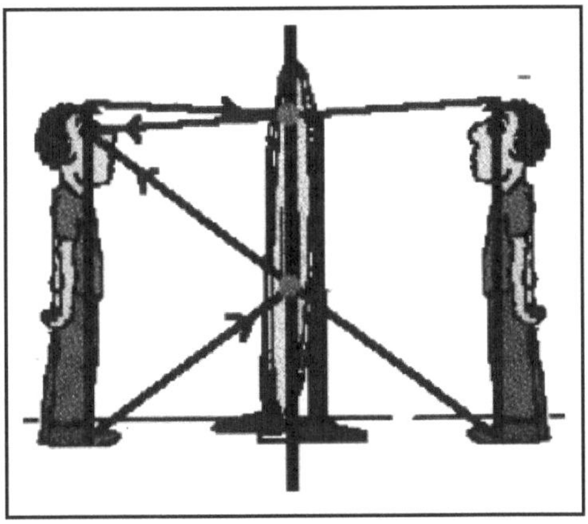

डावीकडे नाही. हात डोक्यावर धरलास तर तो डोक्यावरच जातो. पायाकडे नाही.'

'व्हय जी. खरंच हाय तुमचं.' आरशासमोर उभं राहून हातवारे करत ग्यानबा म्हणाला.

'आता त्याच हातानं तुझ्या आरशातल्या प्रतिमेकडे बोट दाखव. तुझा हात आता आरशाच्या दिशेनं गेला आहे खरं ना? पण तुझ्या आरशातल्या प्रतिमेच्या हाताचं बोट कोणत्या दिशेकडे गेलं आहे?'

'अरं तिच्च्या! अवं ते तर माज्याकडंच, मंजी एकदम इरुद दिशंला फिरलंय की!'

'म्हणजे आता खरं उलटं झालंय ना! तर मग आता आरशाकडे तुझा उजवा खांदा फिरवून उभा रहा. आता तुझा उजवा हात पुढे केलास तर तो तुझ्या

डावीकडे जाईल. त्याची आरशातली प्रतिमा कोणत्या दिशेला जाते आहे?'

'ती बी डावीकडंच गेलीया. मंजी ती कायी उलटी झाल्याली न्हायी.'

'पण तोच उजवा हात तू तसाच आरशाच्या दिशेनं पुढं केलास तर प्रतिमेचा हात तुझ्या दिशेनं म्हणजे उलटा झालेला दिसेल तुला. म्हणजेच तुझी आरशातली प्रतिमा उजवी डावी अशी न फिरता आरशाच्या पुढून पाठच्या दिशेनं फिरली आहे. हे आणखी स्पष्ट व्हायचं असेल तर तो आरसा भिंतीवरून खाली काढ आणि जमिनीवर आडवा ठेव. आता त्या आरशावर उभा रहा. आता तुझे पाय आरशात घुसायच्या घाईत आलेले दिसतील तुला. उलट त्यांची प्रतिमा आरशातून बाहेर पडायला उतावळी झाल्यासारखी दिसेल. म्हणजे आता तुझे पाय उलटेपालटे झालेले असतील खरं ना?'

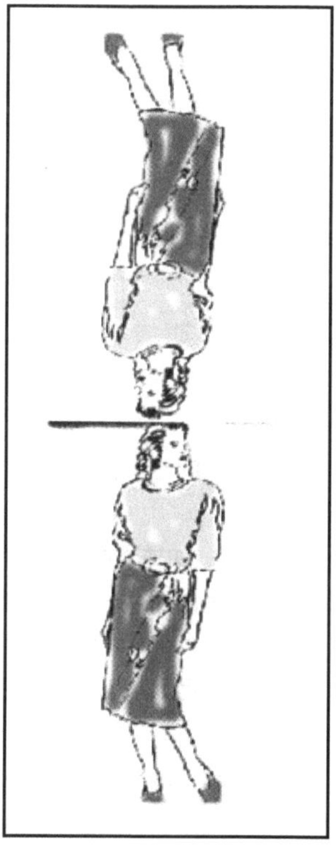

'व्हय जी. येकदम खरं. आन् माजं डोस्कंबी पार उलटून गेलंया बगा.'

'अरे आता सगळं समजलं म्हणत होतास आणि आता एकदम डोकं असं उलटून जायला काय झालं?'

'तसं न्हवं, दादा. तुमी सांगितल्यालं समदं समाजलं. आन् म्हनूनच सांगतोय न्हवं की माजं डोस्कं वरच्या बाजूला जायाचं म्हनतंय पर त्याची ही आरशातली परतिमा पार खाल्ल्या अंगाला जाया बगतीया. मंजी ग्येलं का

नाय उलटून?'

'बरोबर, बरोबर.' हसत हसत दादा म्हणाले, 'म्हणजे आता तुझ्या ध्यानात आलं असेल की आरशात आपली प्रतिमा उजवीडावी अशी उलटी न होता आरशाच्या पुढंपाठी अशी उलटी होत असते.'

'आता समदं ध्येनात आलं. पुडच्या हिरुबाच्या जत्रंच्या येळंला आता म्याच पाल टाकतो बगा या आरशाच्या खेळाचं.'

आणि येताना आला तसाच आताही तो सुसाट वेगानं धावत निघून गेला.

◆

पक्ष्यांची झोप

ग्यानबाची लहर लागली किंवा त्याच्याच भाषेत सांगायचं तर डोक्यात किडा वळवळू लागला की, तो तडक उठून दादासाहेबांकडे येत असे. त्याला वेळ काळ कशाचंही बंधन नसे. त्यामुळे कधीही वेळीअवेळी तो आल्याचं तसं आश्चर्य वाटणं दादासाहेबांनी केव्हाच सोडून दिलं होतं.

तरीही त्या दिवशी अगदी उजाडल्या उजाडल्या ग्यानबा हजर झाल्याचं पाहून दादासाहेब नाही म्हटलं तरी अचंब्यात पडले. त्यात ग्यानबाचं रुपडंही मोठं अजब होतं. केस पार विस्कटलेले. तोंडावर अवकळा.. डोळ्यांना चिपाडं तशीच चिकटलेली. दातांना मशेरी तरी लावली होती की नाही कोण जाणे. बहुतेक स्वप्नात काहीतरी बघितलं असावं त्यानं आणि त्यापायी झोप उडाल्यावर तळमळत उजाडायची वाट पाहत पडली असेल स्वारी. त्यामुळं कोंबड्यानं बांग दिल्याबरोबर उठून धावतपळत इकडे येऊन ठेपली असेल स्वारी, असाच तर्क दादासाहेबांनी केला. तरीही खात्री करून घेण्यासाठी त्यांनी विचारलंच,

'ये, ये ग्यानबा. एवढा सकाळीच कसा उठलास आज? झोप घेतलीस की नाही पुरेशी?'

'माज्या झोपेचं सोडा, दादा. ही पाखरं कवा झोप घ्येतात ते सांगा. मस्नी तर वाटतंय की ती झोपतच नसतील.'

'का? का? असं का वाटतंय तुला?'

'कारण बगावं तवा ती झाडाच्या फांदीवर नाय तर त्या विजंच्या तारंवर तरी बसल्याली असतात.

आता थतंच झोपली तर खाली पडनार नाय का? एरवाच्या दिशी म्या झाडाच्या फांदीवर चडून असाच निजून ग्येलो तर धबाकदिशी खाली जिमनीवर पडलो न्हवं का!'

'अस्सं, अस्सं! म्हणून म्हणतोयस होय. अरे हे पक्षी त्या तारांवर बसूनही झोपू शकतात. पिंजऱ्यातले पोपट पहा, दांडीवर बसूनही झोप घेऊ शकतात.'

'पर त्ये कसं काय? झोपंत असताना पडत का न्हाईत ते माज्यासारकं?'

'त्याचं कारण त्यांच्या पायातल्या स्नायूंच्या ज्या शिरा असतात त्यांची रचनाच वेगळी असते बघ. तुझा गुडघा तुला मुडपता येतो की नाही?'

'येतो तर! त्याच्या बिगर चालावं कसं वो म्या?'

'बरोबर आहे. गुडघा असा मुडपता येत नसता तर चालता, पळता आलंच नसतं आपल्याला... म्हणजे तसं चालता आलं असतं, पण पाय ताठ ठेवून चालायचं म्हणजे जिकिरीचं, कष्टाचं काम झालं असतं. तर हा गुडघा मुडपता येतो कारण गुडघ्याच्या हाडाला जोडलेल्या स्नायूंच्या शिरा आकसतात तसंच त्यांची लांबी वाढूही शकते. तर या पक्ष्यांच्या गुडघ्यालाही अशाच शिरा जोडलेल्या असतात. पण त्या मांडीपासून निघून गुडघा पार करून खाली जातात. तशाच पुढं जाऊन घोट्याला विळखा घालून त्या त्यांच्या पायाच्या बोटांमध्ये जाऊन विसावतात. त्यामुळं होतं काय, की जेव्हा हे पक्षी फांदीवर किंवा तारांवर बसतात तेव्हा त्यांच्या वजनामुळं गुडघा आपोआप वाकतो आणि त्या शिरा ओढल्या जातात. त्यापायी पायाजवळच्या शिरा ताणल्या जाऊन त्यांच्या बोटांची फांदीवरची पकड कुलूप लावल्यासारखी बंदच होऊन जाते. म्हणजे ती

सोडवायची तर त्यांना त्यासाठी काही खास धडपड करावी लागते. त्यांना झोप लागली तरी ही पकड बंदच राहते. कारण ती सोडवण्यासाठी कराव्या लागणाऱ्या धडपडीसाठी त्यांना जाणीवपूर्वक प्रयत्न करता येत नाहीत. ही पकड इतकी घट्ट असते, की काही वेळा तर त्या फांदीवर बसलेल्या स्थितीतच जर त्या पाखराचं मरण ओढवलं तरी ती पकड ढिली होत नाही आणि ते पाखरू तसंच तारेला चिकटून राहतं. शिवाय हे पक्षी तुझ्यासारखी तासन्तास झोप काढत नाहीत, ग्यानबा. काही पक्षी थोड्या थोड्या डुलक्या पण वरचेवर काढतात. आपण अशा वरचेवर पण थोडाच वेळ घेतल्या जाणाऱ्या झोपेला चिऊकाऊची झोप म्हणतो ते यापायीच. आणि त्यामुळं थोड्या थोड्या वेळानं ते जागे होत असतात. तसं झालं की पकड ढिली पडतच असली, तरी ती त्यांना परत घट्ट करता येते.'

'तरीच फांदीवरचा होला काढाया गावत नाही. तो निजलाय असं समजून त्याच्याजवळ जावं तर जागा होऊन उडून जातो त्यो. आता समाजलं असं का त्ये.'

आणि स्वत:चंच डोकं खाजवत होल्याला पकडण्यासाठी काय युक्ती करावी, याचा विचार करत ग्यानबा तिथून चालता झाला.

◆

झाडांचं पाणी

दादासाहेब ग्यानबा आला तेव्हा बागेत झाडांना पाणी घालत होते. ग्यानबा काहीही न बोलता त्यांना निरखून पाहत राहिला. तो गप्प आहे त्या अर्थी त्याच्या मनात काहीतरी खळबळ चालू आहे आणि कोणता तरी प्रश्न त्याला सतावतो आहे, याची जाणीव दादासाहेबांना झाली. तेही गप्पच राहून आपलं काम करत राहिले. वेळ आली, की ग्यानबा त्याला पडलेला प्रश्न विचारल्याशिवाय राहणार नाही, याची त्यांना खात्री होती. हातातल्या झारीनं काळजीपूर्वक प्रत्येक झाडाला पाणी घालण्याचं काम दादासाहेबांनी सुरूच ठेवलं.

ग्यानबा त्यांनी नेमकं कुठं पाणी घातलं आहे, हे प्रत्येक झाडाजवळ जाऊन पाहत होता. झाडांच्या मुळांशीच पाणी घातलं जात आहे, हे त्यानं पाहिलं. एखाद्या बुटक्या झाडाच्या पानांवरही पाणी घातलं गेलं होतं. पण जी झाडं साधारण कंबरेपेक्षा जास्ती उंचीची होती, त्यांच्या मुळांशीच पाणी घातलं जात होतं. थोडा वेळ ते पाहून ग्यानबा पुढं झाला आणि त्यानं दादासाहेबांना विचारलं,

'तुमी ह्ये पानी झाडांच्या मुळास्नीच घेताया न्हवं?'

'होय तर.'

'ल्हान्या, बुटक्या, मंजी आता या गुलाबाच्या झाडाच्या पानांवरबी पानी पडल्यालं हाय.'

'ते तर होणारच. मी काही झाडांच्या मुळाशी बसून पाणी घालत नाहीये.

तेव्हा त्या झुडुपांवरही पाणी पडतंच.'

'पर या पारिजातकाच्या झाडाला मुळाशीच पानी घातलं गेलंया. तसंच म्हनलं तर शेतामंदी आमी मोटंनी पानी घेतो, तवाबी व्हाळातनं झाडांच्या मुळाशीच पानी जातंया. त्यो इद्यापीटातला बाबा आल्ता. तवा त्येनं त्या ठिबक सिंचनासंबंदी सांगितल्यालं म्या ऐकलंय. त्यो बी म्हनत व्हता, की अशी झाडांच्या मुळाशी वल ऱ्हायली, की ब्येस आसतं. उगी घागरी घागरी पानी घालन्याची कायी एक जरुरी न्हायी.'

'बरोबरच आहे ते. झाडांना पाण्याची जी गरज असते, ती तेवढ्या पाण्यानं सुध्दा भागते.'

'पर कशी? मंजी हिरीतलं पानी वर काडायचं, तर पंप बसवाया लागतो. त्येच्यासाठी इजंची गरज आसती. पण ताडामाडाची झाडं तर कितीतरी उच आसत्यात. हिरीतल्या पान्यापासून जिमिनीच्या उचीपरसबी ज्यादा. मंग त्येंच्या मुळापासचं पानी पार शेंड्यापत्तुर कसं काय पोचत आसंल?'

दादासाहेबांना ग्यानबाच्या निरीक्षणशक्तीचं तसंच तर्कसंगत विचार करण्याच्या क्षमतेचं कौतुक वाटलं. त्याचा प्रश्न तसा कोणालाही विचार करायला लावणाराच होता. कारण विहिरीतलं पाणी फार फार तर दहाअकरा मीटरपर्यंत म्हणजे बत्तीस एक फुटापर्यंतच चढू शकतं, त्याहून अधिक उंचीवर ते न्यायचं तर रहाटाला दोर बांधून कळशी आत सोडावी लागते आणि पाणी ओढून वर काढावं लागतं. नाहीतर विजेचा पंप तरी बसवावा लागतो. पण ताडामाडाची उंची पाच पन्नास फुटांची तर निश्चितच असते.

'तुझं म्हणणं खरंच आहे. नारळीपोफळीच्या झाडांची उंची तशी जास्ती असतेच. रानावनांमध्ये तर देवदारासारखे वृक्ष शंभर मीटर म्हणजेच तीनशे फूट सरळसोट वाढत जातात. आपल्या नेहमीच्या परिचयाची कॅश्युरिना किंवा नीलगिरीसारखी झाडंही उंच असतात. त्यांनाही मुळापाशी घातलेलं पाणी पुरतं. तसं होण्यासाठी निसर्गानंच व्यवस्था केली आहे. निसर्गाच्या दोन करामतींचा यात वाटा आहे. पहिला म्हणजे या झाडांमध्ये झायलेम या नावानं ओळखल्या जाणाऱ्या द्रववाहिन्या असतात. आपल्या शरीरात कशा रक्तवाहिन्या असतात, तशाच या झाडांच्या जीवनवाहिन्याच

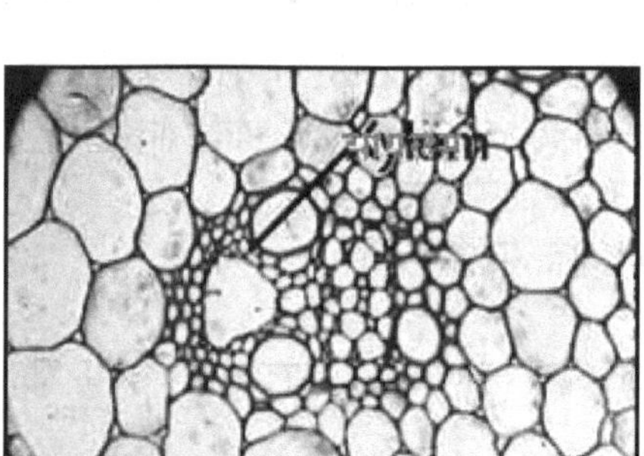

असतात. त्यांचा घेर साधारणपणे एका मिलीमीटरच्या एक दशांश इतकाच असतो. मुळांशी घातलेलं पाणी या नलिकांमधून वर चढत जातं. पाण्यानं भरलेल्या ग्लासामध्ये तू एक स्ट्रॉ किंवा काचेची बारीकशी नळी ठेवलीस, तर तिच्यातही असंच पाणी चढत जाताना तुला दिसेल. यालाच केशाकर्षण किंवा कॅपिलरी ॲक्शन असं म्हणतात. त्यात झाडांच्या पानांमधून पाण्याचं बाष्पीभवन होत असल्यानं भरच पडते. आपल्याला जसा घाम येतो आणि अंगातलं पाणी बाहेर पडून हवेत उडून जातं, तसंच झाडांच्या पानांमधून पाणी बाहेर पडून उडून जात असतं. त्यामुळं पानांजवळ पाण्याचं प्रमाण अतिशय कमी असतं, तर मुळांपाशी जे कितीतरी जास्ती असतं. त्यामुळं एक प्रकारचा पंप तयार होऊन मुळांपासून पानांपर्यंत पाण्याचा एक प्रवाहच तयार होतो. त्यापायी या नलिकांमधून पाणी आणखीच वर ओढलं जातं. वरपर्यंत जात राहतं.

तसं व्हायला पाण्याच्या एका गुणधर्माचीही मदत होते. पाण्याचे रेणू एकमेकांना घट्ट धरून राहणारे असतात. इतर कोणत्याही रेणूपेक्षा ते आपल्याच रेणूंशी जवळीक सांधणं, घसट ठेवणं पसंत करतात. त्यामुळं या नलिकांच्या आतल्या कडेला चिकटलेले पाण्याचे रेणू इतरांना आपल्या जवळ करण्याचा प्रयत्न करतात. त्यांना खेचून घेतात. त्यामुळेही पाणी वरवर चढत जातं. त्याचा जो एक प्रवाह तयार होतो, त्यापायी पाण्याचा एक खांबच तयार झाल्यासारखा होतो. आणि तो त्या नलिकांमध्ये उभा राहतो. त्या पाण्यात विरघळलेले इतर पदार्थही मग त्याच्या बरोबर वरवर चढत राहतात. झाडाचं पोषण करणारं त्याचं अन्न त्याला भरवतात. त्यामुळं झाडाच्या वरच्या भागावर पाणी घातलं नाही तरी चालतं. पावसाचं पाणी या झाडांच्या शेंड्यावर पडतं. पण त्याचा त्याला फारसा उपयोग होत नाही. कारण पानं ते पाणी शोषून घेऊन आत खोलवर ओढू शकत नाहीत. मुळांपाशी साठलेलं पाणीच वरवर चढत जातं.'

'मंजी पानी बी आपल्या जातीवर जातं म्हना की. आपल्याच भाईबंदांशी दोस्ताना जमवून ऱ्हातं. त्येचाच फायदा करून घेत्यात ही झाडं.'

ग्यानबाची मल्लीनाथी नेहमीसारखी तिरपागडी वाटली, तरी दादासाहेबांनी दिलेली माहिती त्याच्या डोक्यात पक्की बसली आहे, याचीच ती खूण होती. मुळाशी दिलेलं पाणी माथ्यापर्यंत गेलं होतं.

◆

एका कोळियाने–

दादासाहेब बघतच राहिले. ग्यानबा त्यांच्यासमोर उभा होता. डोक्यापासून पायांपर्यंत पाण्यानं अखंड भिजलेला. त्याच्या अंगांगावरून पाणी निथळत होतं. अंगावरचे भिजून चिंब झालेले कपडे अंगाला चिकटून बसले होते. डोक्यावरचे केसही तसेच डोक्यासरशी चिकटलेले होते. कुठंही जवळपास पाऊस पडल्याची चिन्हं नव्हती. मग ग्यानबा इतका भिजला कसा, हेच दादासाहेबांना समजेना. न राहवून त्यांनी विचारलंच,

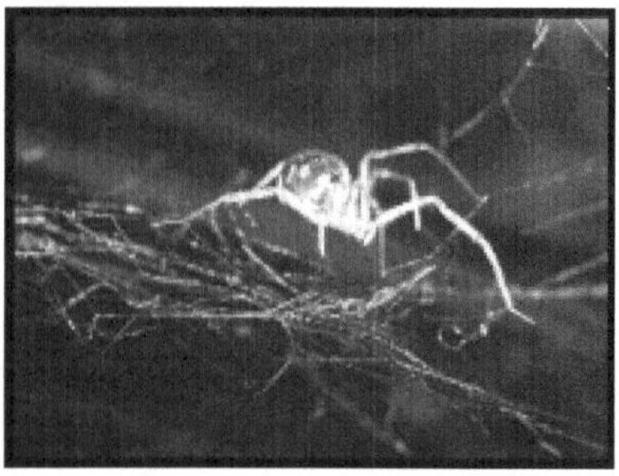

'अरे इतका भिजलास कसा? की आंघोळ करताना मनात दुसराच काही विचार आल्याबरोबर अंगातले कपडे काढायचंही विसरून गेलास?'

'म्या भिजलो कारन म्या भिवऱ्याच्या तळ्यावर गेल्तो.'

'तरीही भिजलास कसा? तळ्यात उतरल्याशिवाय काही पाणी तुझ्या अंगाला चिकटायला येणार नाही.'

'त्ये बी खरंच हाय. पर म्या भिजलो कारण म्या पान्यावरनं चालत जानार व्हतो. पर पान्यावर पाऊल ठेवल्याबरुबर म्या पान्यातच पडलो न्हवं का!'

'पडणारच. पाण्यावरून चालता येत नाही, हे तुला माहिती नाही का? पाण्यावरून कसं चालता येईल?'

'तसं त्ये मला ठावं हाय. पर म्या कालच येका कोळ्याला पान्यावरनं चालताना बघिटलं. इचूबी पान्यावरनं चालत जातोया. माज्यायेवडं नसंल पर त्येनला बी वजन आसतंयाच की! मंग त्येना चालता येत आसंल, तर मस्नीबी येया होवं. त्येच

करन्यासाटी म्या गेल्तो. तवा पान्यावरनं चालन्यासाटी काय कराय होवं, ह्ये सांगा तुमी. त्येच इचारायसाटी तसाच्या तसा बिगीबिगी आलो बगा.'

'तुझं डोकं कुठं कसं चालेल, हे सांगता यायचं नाही.' मान हलवत स्वत:शीच हसत दादासाहेब म्हणाले, 'अरे कोळी, पाली, विंचू तर भिंतीवरही चढत जाऊ शकतात. माणसाला तसं नाही करता येत.'

'पर का म्हनतो म्या? असं कशापायी?'

'त्याची तशी दोन तीन कारणं आहेत. एक तर हे सगळे प्राणी तसे लहान असतात. त्यांच्या वजनाच्या किंवा खरं तर त्यांच्या आकारमानाच्या तुलनेत त्यांच्या अंगाचा विस्तार जास्ती असतो. त्यामुळं त्यांच्या पृष्ठभागाचं क्षेत्रफळ जास्ती असतं. त्यामुळं त्यांच्या अंगावर ज्यांचा प्रभाव पडतो, ज्यांचा परिणाम होतो, अशा काही बलांची परिस्थिती आपल्यापेक्षा वेगळी होते. हे प्राणी भिंतीवर चढत असतात, तेव्हा त्यांना गुरुत्वाकर्षणाचं बल खाली ओढत असतं. पाण्यावरून ते चालण्याचा प्रयत्न करतात, तेव्हाही हेच बल त्यांना खाली ओढत असतं. तसंच ते आपल्यालाही ओढत असतं. या बलाचा प्रभाव त्या वस्तूच्या किंवा प्राण्याच्या वजनावर किंवा आकारमानावर अवलंबून असतो. उलट

पक्षी त्याला भिंतीला चिकटून राहायला मदत करणारं बल हे शरीराच्या पृष्ठभागाच्या क्षेत्रफळावर अवलंबून असतं. तसंच पाण्याच्या पृष्ठभागाला चिकटून राहायला मदत करतो तो पृष्ठीय ताण किंवा सरफेस टेन्शन. तेही शरीराच्या पृष्ठभागाच्या क्षेत्रफळावर अवलंबून असतं. कोळी, पाल, विंचू यांच्यासारख्या लहान प्राण्यांच्या बाबतीत पृष्ठभागाचं क्षेत्रफळ एकूण आकारमानाच्या तुलनेत जास्ती भरत असल्यानं त्यांना चिकटून राहायला मदत करणाऱ्या बलांचं पारडं वरचढ होतं. त्यामुळं गुरुत्वाकर्षणाच्या ओढीवर मात करून ते भिंतीला किंवा पाण्याच्या पृष्ठभागाला चिकटून राहू शकतात.'

'मंजी आपल्याला असं भितीला न्हायतर पान्याला चिकटून ऱ्हाताच येत न्हाई म्हना की!'

'तसं नाही. ही पृष्ठभागांना चिकटून राहायला मदत करणारी बलं आपल्यालाही मदत करत असतात. पण आपल्या आकारमानाच्या तुलनेत शरीराच्या पृष्ठभागाचं क्षेत्रफळ जास्ती नसल्यानं ती गुरुत्वाकर्षणाच्या ओढीवर मात करण्यात असफल ठरतात. त्यांची मदत अपुरी ठरते. त्यामुळंच आपण पाण्याखाली ओढले जातो. पाण्यात पडतो. पाण्यात पडल्यानंतर आपल्याला वरच्या दिशेनं ढकलणारं उद्धरण बल आपलं काम बजावू लागतं. आणि त्यामुळं आपण तरंगतो. पोहू शकतो. पण आपण चालत असताना फक्त आपली पावलंच पाण्याच्या किंवा भिंतीच्या पृष्ठभागाला चिकटून असतात. आणि त्यांच्या पृष्ठभागाचं क्षेत्रफळ तर त्याहूनही कमी भरतं. साहजिकच गुरुत्वाकर्षणाची सरशी होते. पण पाल, कोळी, विंचू यांच्यासारख्या सरपटणाऱ्या प्राण्यांचं सगळं शरीरच भिंतीशी किंवा पाण्याच्या पृष्ठभागाशी चिकटलेलं असतं. साहजिकच त्याचं क्षेत्रफळ आकारमानाच्या तुलनेत वरचढ ठरतं. त्यांना त्यावर सरपटायला मदत करतं.

त्याशिवाय भिंतीवर चढण्यासाठी पालीच्या पायाची रचनाही वेगळी असते. तू रबराची झाकणं पाहिलेली आहेस. ही कोणत्याही पृष्ठभागावर दाबली, की आतली हवा बाहेर पडते आणि तिथं निर्वात पोकळी निर्माण होते. त्यामुळं ती झाकणं खालच्या पृष्ठभागाला घट्ट धरून राहतात. त्यांना तिथून काढण्यासाठी आपल्याला फार जोर वापरावा लागतो. पालीच्या पायांमध्येही अशा प्रकारची निर्वात पोकळी तयार करण्याची ताकद असते. त्यामुळं जिथं ती आपली पावलं रोवते, तिथं तशी पोकळी निर्माण होऊन ती पावलं भिंतीला घट्ट चिकटून राहू शकतात. त्यांच्याच आधारे ती उभ्या भिंतीवर स्थिर राहू शकते, वरवर सरसर चढू शकते.'

'तानाजीच्या येसवंती घोरपडीलाबी अशीच पावलं असत्याल न्हवं.'

'होय तर! अरे घोरपड म्हणजे पालीचीच मोठी बहीण किंवा मावशी म्हण हवं तर!'

'त्यापायीच तर ती सिंहगडाच्या कड्यावर घट्ट पाय रोवून हुबी ऱ्हायली आन् तानाजीच्या समद्या सैन्यालाबी वर चढिवलं. ह्ये पठ्ठे!'

◆

पंख्यांची पाती

दिवस उकाड्याचे होते. बाहेर वैशाखवणवा पेटला होता. उन्हाचा भडका उडाल्यागत झालं होतं. रस्त्यावर तर पाऊल टाकवत नव्हतं. पण घरातही अंगाची लाहीलाही होत होती. दादासाहेब आणि ग्यानबा पंख्याखाली बसून होते. काहीही बोलत नव्हते. बोलण्याच्या मन:स्थितीतही कोणी नव्हतं. कारण पंख्याखाली बसूनही अंगातून घामाच्या धारा वाहत होत्या.

ग्यानबा नुसताच आढ्याकडे पाहत असल्यासारखा बसून होता. पण खरं तर त्याचं लक्ष वेड लागल्यागत गरागरा फिरणाऱ्या पंख्याकडे लागून राहिलं होतं. तो ध्यानपूर्वक त्या पंख्याच्या फिरणाऱ्या पात्यांकडे पाहत होता. पंखा वेगानं फिरत असल्यामुळं त्याला वेगवेगळी पाती असल्यासारखं वाटत नव्हतं. एकच चकती गोलगोल फिरत असल्याचा भास होत होता. पण तो पंखा चालू नसताना ग्यानबानं पाहिला होता. त्यामुळं त्याला तीन पाती आहेत याची त्याला माहिती होती. बराच वेळ पंख्याचं निरीक्षण केल्यानंतर न राहवून तो म्हणाला,

'तुमचा पंखा कायी येक कामाचा न्हाई बगा. आता त्याच्या खालीच बसलुया आपुन पर अंगातनं येनाऱ्या घामाचे व्हाळ कायी थांबनात.'

'अरे उकाडाच किती आहे! तो पंखा तरी बिचारा काय करणार?'

'पर या पंख्यापायी अजाबात थंड वाटंना त्ये कसं काय? म्या सांगतु का त्ये.'

'तू सांगतोस! सांग.'

'कारन तुमच्या पंख्याला तीनच पाती हायती आन् ती बी अशी तिरपी लागल्याली. त्या जन्याच्या घरच्या पंख्याला कशी चार चार पाती हायती. तसा आसता तर आता आपुन कसं येरकंनिशन जालो आसतो.'

'पंख्याला जितकी पाती जास्ती तितकी त्याची ताकद जास्ती असा तुझा गैरसमज झालेला दिसतो.' मंदपणे हसत दादासाहेब म्हणाले. 'खरं तर पंखा काही आसपासची हवा थंड करत नाही. हवेचं तापमान कमी करण्याची ताकद पंख्यामध्ये नसते. तो फक्त हालचाल करत नसलेल्या, स्वस्थ बसलेल्या हवेला जोरात फिरायला लावतो. त्या फिरणाऱ्या हवेचा झोत आपल्या अंगावरून फिरला, की अंगातून निघणारा घाम उडून जायला मदत होते. अंगातून उष्णतेचा निचरा जलद होऊ लागतो. त्यामुळं आपल्याला थंड वाटतं. तेव्हा आपल्याला थंडावा द्यायची पंख्याची ताकद, तो किती हवा किती वेगानं फिरायला लावतो यावर अवलंबून असते. जितकी जास्ती हवा तो फिरवू शकेल आणि तिला अधिक वेग देऊ शकेल, तितकी त्याची ताकद किंवा क्षमता जास्ती.

आता हे शक्य करायचं तर त्याच्या पात्याची हवा लोटायची शक्ती वाढवायला हवी. पातं अगदीच अरुंद असेल, तर जास्ती हवा लोटली जाणार नाही. फार रुंद असेल, तर त्याचं वजन वाढून त्याला फिरवायला जास्ती वीज वापरावी लागेल. तेव्हा या दोन्हीच्या मधली रुंदी पात्याला दिली जाते. साधारणपणे कोणताही पंखा घे, पात्याची रुंदी साधारण तेवढीच असते. खरं तर जेवढी कमी पाती तेवढी चांगली. कारण त्यामुळं त्या पात्यांना जास्ती वेग देता येतो. शिवाय ती फिरताना पुढच्या पात्यानं त्याच्यापुढची हवा लोटलेली असली, की त्याच्यापाठी थोडीफार पोकळी निर्माण होते. ती भरून येईपर्यंत पुढचं पातं तिथं आलं, तर त्याला लोटायला फारशी हवा उरलेली नसते. त्यामुळं पंख्याच्या फिरण्याचं एक वर्तुळ पूर्ण होईपर्यंत त्या मानानं कमी हवाच लोटली जाते.'

'मंजी मग येकच पातं आसलं तर लई ब्येस म्हना की.'

'खरं तर तसंच आहे. पण मग त्या पात्याला भन्नाट वेगानं फिरावं लागेल. तेवढा वेग देणं शक्य होत नाही. त्यामुळं मग दोन किंवा तीन पाती असलेली बरी. म्हणजे मग पात्यांना फार वेग द्यावा न लागता भरपूर हवा लोटली जाते. तिला फिरवलं जाऊ शकतं. शिवाय एकच पातं असेल, तर त्याला तुफान वेगानं फिरवायला पंख्यातल्या विजेच्या मोटरीलाही जोमानं काम करावं लागतं. त्यापायी अधिक वीज तर खर्च होतेच. पण त्या मोटरीचा आवाजही वाढतो. त्यात एकाएकी तुफान वेगानं फिरायला लावल्या जाणाऱ्या हवेच्या आवाजाची भर

पडते. त्यामुळं एकंदरीतच आवाज वाढतो. वेगानं फिरूनही शांततेचा भंग न करणारा पंखा हवा असेल, तर मग पात्यांची संख्या वाढवावी लागते. त्यामुळं पंख्याची आपल्याला थंडावा देण्याची एकूण ताकद कमी होते, हे खरं. पण मग या जगात तसं संपूर्णपणे मोफत काहीच मिळत नाही. कोणती ना कोणती किंमत मोजावीच लागते. ती अधिक विजेची, अधिक आवाजाची द्यायची, की घटलेल्या ताकदीची द्यायची, हे आपणच ठरवायचं असतं.'

'त्ये खरं आसलं, तरी ही तुमच्या पंख्याची पाती अशी मारत्याच्या टोपीसारखी तिरपी कशापायी लावल्याली हायती?'

दादासाहेबांना ग्यानबांनं दिलेल्या मारुतीच्या टोपीची उपमा गंमतीची वाटली. त्यामुळं आलेलं स्मितहास्य आवरत ते म्हणाले,

वारा खालच्या दिशेनं फेकला जातो

'अरे पातं जर सरळ, जमिनीला समांतर असं लावलं, तर मग हवेतून ते फिरताना त्या हवेचा त्याला विरोध होईल. त्या विरोधावर मात करून पुढं जायला मग त्या पात्याला अधिक ताकद वापरावी लागेल. म्हणजे ते फिरवण्यासाठी मोटर जी शक्ती वापरते त्यातली हवेच्या विरोधावर मात करण्यावरच जास्ती खर्च होईल आणि जे काम त्या पंख्यानं करायचं, त्यासाठी वापरता येणारी ताकद कमी होईल. पण तेच पातं जर जमिनीशी थोडासा कोन करून तिरपं लावलं, तर त्याच्या पुढं असणारी हवा सहज लोटली जाईल. तिचा तेवढासा विरोध जाणवणार नाही. त्यामुळं फुकट जाणारी मोटारीची शक्ती वाचेल. तेवढीच बचत होईल. त्यातही त्या तिरप्या पात्याचा कोन कोणता ठेवायचा, यालाही महत्त्व आहे बरं का ग्यानबा. तेच पातं जर उलटं लावलं, तर हवा वरच्या दिशेनं लोटली जाईल. आणि आपल्या अंगावर त्या फिरणाऱ्या हवेचा झोत पडणार नाही. त्या पात्याचा कोन आणि त्याची फिरण्याची दिशा यांची अशी सांगड घालावी लागते, की हवा खालच्या

दिशेनंच लोटली जाईल. काही स्वयंपाकघरात किंवा सार्वजनिक मुताऱ्यांच्या वरच्या खिडक्यांना पंखे लावलेले असतात. त्यांच्या पात्यांचा कोन आणि फिरण्याची दिशा अशी काही जुळवलेली असतात, की आतली हवा बाहेर लोटली जाईल. त्यामुळं स्वयंपाकघरातला धूर किंवा मुतारीतली दुर्गंधी बाहेर टाकली जाते. तेच उलट केलं तर आतला धूर आतच कोंडून पडेल. आणि उलट तो फिरत राहिल्यानं डोळ्यांना अधिक झोंबेल. '

'ब्येस जालं तुमी ह्ये सांगितलंत बगा. आता त्या जन्याला सांगतो त्येची मिजास नगं म्हून. त्येच्या पंख्याला चार पाती आसल्याचा लईच रुबाब दावतोया बगा.'

◆

इस्त्रीची जादू

आज ग्यानबा शूचिर्भूत होऊन स्वच्छ परीटघडीचे कपडे घालून आला होता. क्षणभर दादासाहेब त्याला ओळखायलाही विसरले. सदोदित चुरगळलेले कपडे ल्यालेल्या आणि आखाड्यात लोळून आल्यासारखं दिसणाऱ्या अवस्थेत त्याला पाहायची त्यांना सवय झालेली. ग्यानबाचं हे रुप त्यांना नवीनच होतं. त्यांनी तसं बोलूनही दाखवलं.

'काय ग्यानबा, आज कुठं स्वारी! अगदी झ्याकपाक होऊन आला आहेस.'

'तर वो! नाम्या परटाकडं गेल्तो. धुतल्याली कापडं घ्येऊन. त्यो आमचा शहरातला पावना आलाय न्हवं. त्येची कापडं नाम्याकडं इस्तरी कराया दिली. आन् मंग म्हनलं आपली बी कापडं त्येच्याकडून तशीच इस्तरी करून घ्यावी. ती तशी घ्येतली आन् तसाच बिगीबिगी आलो बगा तुमच्याकडं.'

'अरे पण तुज्या पाव्हण्यांचे कपडे त्यांना नेऊन दिलेस की नाही?'

'त्ये व्हाया अजून वखुत हाये. तवा म्हनलं जो कायी इचार आला त्यो तुमालाच सांगावा म्हून.'

'अरे पण अशी घाई कसली होती? नंतर सांगायचंस मला.'

'त्ये बी खरंच हाय. पर नाम्याकडं उगा चकाट्या पिटन्यापरस तुमच्याकडं आल्यालं बरं वाटलं मस्नी. खरं तर नाम्यालाच सवाल क्येलता म्या. पर त्येला त्येचं उत्तर ठावं नाय म्हनल्यावर तुमालाच साकडं घालाय आलो.'

'असं विचारलंस तरी काय नाम्याला?'

'आता बगा, कापडं धुतल्यावर वलीच आसताना ती अजाबात चुरगळल्यावानी नसत्यात. पर सुकल्यावर ती अशी मेल्या कुत्र्यावानी हेलपाटून जात्यात. पर मंग

नाम्यानं त्येंच्यावर गरमागरम इस्तरी फिरिवली, की त्या सुरकुत्या कुटं नाहीशा व्हत्यात?'

'म्हणून हे परीटघडीचे कपडे मला दाखवायला आलास होय. अरे हे कपडे किंवा कापड हे सुताच्या आडव्याउभ्या धाग्यांनी विणलेलं असतं. हे धागे सेल्युलोज या पदार्थाचे बनलेले असतात. साखरेच्या जातकुळीतला हा पदार्थ आहे. त्याचे रेणू लांबलचक असतात. ते एकमेकांना उभे जोडले जाऊन त्यापासून हे धागे तयार होतात. पण या रेणूंच्या साखळ्यांवर काही आडवे घटकही असतात. जेव्हा हे धागे नुसतेच एकमेकांच्या शेजारी असतात, तेव्हा हे आडवे घटक तशाच प्रकारच्या शेजारच्या घटकांशी वेडेवाकडे जोडले जातात. जवळजवळ आलेल्या कोणत्याही दोन घटकांची अशी हातमिळवणी होत असते. त्यात कोणतीही शिस्त नसते. त्यामुळं उभे धागे वेडेवाकडे खेचले जाऊन सुरकुतल्यासारखे होतात. कापड जेव्हा ओलं होतं, तेव्हा त्यात

पाणी शिरतं. पाण्याचे रेणू या धाग्यांच्या मधल्या जागेत घुसतात. त्यामुळं ते कापड फुगतं. त्याचे धागे एकमेकांपासून दूरदूर जाऊ लागतात. तसं झालं, की आडव्या घटकांनी एकमेकांना मारलेली मिठी सुटते. त्यांचे बनलेले जोड तुटतात. ते धागे सरळसोट उभे राहू लागतात. त्यामुळं त्यांच्यावरच्या सुरकुत्या नाहीशा होतात. जेव्हा दोरीवर वाळत घातलेले कपडे सुकतात, तेव्हा त्यांच्यामधलं पाणी उडून जातं. धाग्यांच्या मधल्या जागेत घुसलेले पाण्याचे रेणू तिथून काढता

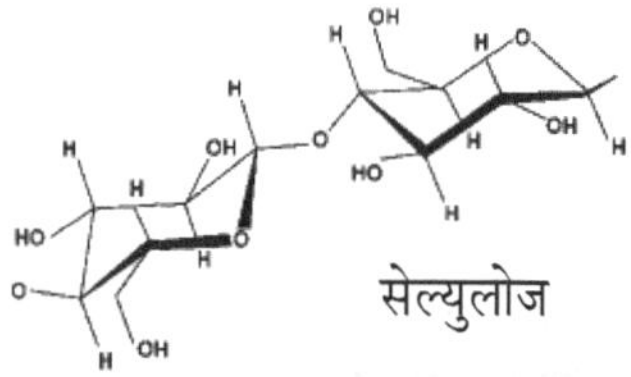

सेल्युलोज

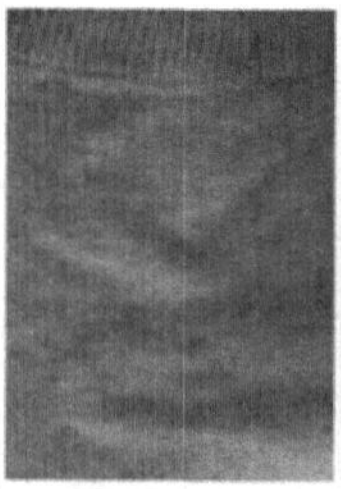

साधे कापड

सुरकतलेलं कापड

पाय घेतात. ते तिथून निघून गेले, की कापड आकसतं. तसं झालं, की ते आडवे घटक परत जवळजवळ येऊ लागतात. त्यांच्या जोड्या परत जुळू लागतात. त्या तशा जुळतानाही त्यांच्यामध्ये तशी काही शिस्त नसते. ते परत वेडेवाकडे एकमेकांना धरून राहतात. उभ्या धाग्यांना सरळसोट राहणं अशक्य होऊन जातं. तेही त्या आडव्या घटकांबरोबर खेचले जाऊन अस्ताव्यस्त होतात. यांनाच आपण सुरुकुत्या म्हणतो.

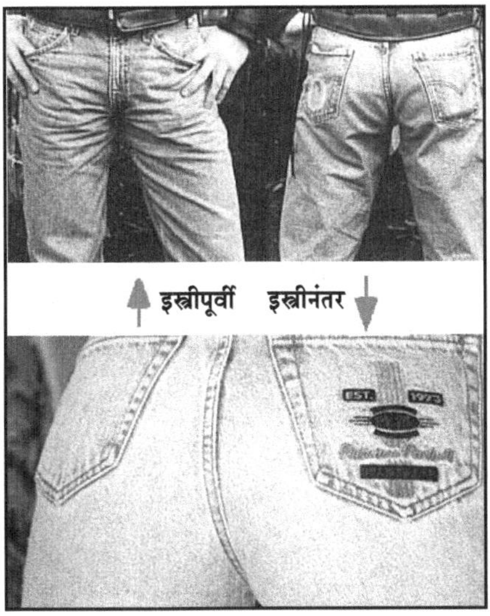

म्हणूनच सुकलेले कपडे तू म्हणालास तसे, तसे, काय म्हणाला होतास तू?'

'मेल्या कुत्र्यावानी पडून राहतात.'

'मेल्या कुत्र्याचं नाही माहिती मला. पण म्हाताऱ्या माणसांच्या अंगावरच्या कातडीसारखे सुरकुतलेले होतात. ताठ सपाट राहत नाहीत.'

'पर मंग नाम्या अशी काय जादू करतो, की ते परत तरन्यावानी ताट व्हत्यात?'

'अरे जादू कसली! तीही एक रासायनिक प्रक्रियाच आहे. उभ्या धाग्यांमधल्या आडव्या घटकांच्या होणाऱ्या बेशिस्त जोड्यांमुळं त्या सुरकुत्या आलेल्या असतात. त्या जोड्यांची ताटातूट करून त्या उभ्या धाग्यांमध्ये परत शिस्त आणली की सुरकुत्या नाहीशा होऊन कपड्यांची व्यवस्थित घडी बसते. त्या धाग्यांमध्ये पाण्याचे रेणू घुसून जशी ही शिस्त आणतात, त्याचप्रमाणे त्या धाग्यांचं तापमान वाढलं म्हणजेही त्यांच्यात शिस्त येते. चांगली तापलेली गरमागरम इस्त्री त्या कपड्यांवर फिरली, की तिच्या वजनापायी तसंच तिच्यातून मिळालेल्या उष्णतेपायी त्या आडव्या घटकांच्या जोड्या तुटायला लागतात. उभे धागे ताठ राहायला लागतात. तसे ते ताठ झाले, की आडवे घटक एकमेकांच्या जवळ येत नाहीत. निदान त्यांच्या जोड्या परत जुळायला लागण्याइतके जवळ तरी ते निश्चितच येत नाहीत. पण ही उष्णता कमी पडली, तर मात्र सगळ्याच जोड्या तुटत नाहीत किंवा उभे धागे एकमेकांपासून हव्या तितक्या अंतरावर राहत नाहीत. तीच बाब कमी पाणी कापडामध्ये शिरलं तरी होते. कारण मग त्या उभ्या धाग्यांमधल्या

सगळ्याच पोकळ्या भरून येत नाहीत. परीटघडीचे कपडे अंगावर घातल्यानंतर जेव्हा आपल्याला घाम येतो, तेव्हाही कपडे भिजतात. पण त्यावेळी त्यांच्यात शिरलेल्या पाण्याचं प्रमाण कमी असतं. तसंच त्यांना मिळालेली उष्णताही पुरेशी नसते. त्यामुळं सुरकुत्या निघून जाण्याऐवजी उलट वाढीलाच लागतात.'

'तवाच परीटघडीची कापडं अंगावर चडिवली की आपली मानबी ताट व्हती आन् छाती बी फुगती. आता ध्येनात आलं असं का व्हतं त्ये.'

नेहमीप्रमाणे आपली चमत्कारिक मल्लीनाथी करत ग्यानबा उरलेले कपडे घ्यायला नाम्या परटाकडे निघून गेला.

◆

घड्याळाचे काटे

दिलेली वेळ टळून गेली होती. तरी ग्यानबाचा पत्ता नव्हता. काही खास कामासाठी दादासाहेबांनी त्याला वेळेवर येण्यासाठी बजावून सांगितलं होतं. पण ग्यानबाची लहर कुठं लागली, की तो तिथंच बसून राहतो, वेळेचं भान त्याला राहत नाही, याचीही जाणीव दादासाहेबांना होती. त्यामुळं तो वेळेवर आला असता तरच त्यांना नवल वाटलं असतं. आता तो येत नाही असं समजून ते निघणार, तोच धावतपळत ग्यानबा हजर झाला.

'काय टायम जाला वो दादासायेब?'

'समोर घड्याळ आहे. तूच बघ म्हणजे झालं. किती वाजता यायला सांगितलं होतं तुला आणि आता किती वाजले आहेत?' थोड्याफार घुश्शातच दादासाहेब म्हणाले.

ग्यानबा त्यांना काही उत्तर द्यायच्याऐवजी समोरच्या भिंतीवरच्या घड्याळाकडे टक लावून पाहतच राहिला होता.

'आता तिथं बघत काय उभा राहिला आहेस? असं टक लावून बघितल्यानं घड्याळाचे काटे काय उलटे फिरणार आहेत थोडेच?'

'ह्येच म्हनायचं व्हतं मला बी. ह्ये घड्याळाचं काटं असं डावीकडनं उजवीकडचं का फिरत्यात? उलटं म्हंजी उजवीकडनं डावीकडं का फिरत न्हाईत? तसं केल्यानं बी टायम कळलंच की. तबकडीवरचं आकडंबी उलटंच लावायचं. म्हंजी येकाच्या उजवीकडं दोन येतो का न्हाय, त्येच्यापरास डावीकडं त्येला ठिवायचा. मंग काटं उलटं फिरलं तरी करेट टायम दावल का न्हाय?'

त्यानं उशीर केला म्हणून मनात चीड असतानाही दादासाहेबांना ग्यानबाचं कौतुक वाटलं. त्यानं विचारलेला प्रश्न तसा सयुक्तिकच होता. इंग्रजीत ज्याला क्लॉकवाईज म्हणजे घड्याळ्याच्या काट्यांच्या फिरण्याच्या दिशेनं असं म्हणतात, त्याला काही मूलभूत नियम लागू नाही. ती एक प्रथा आहे. ग्यानबा म्हणतो त्याप्रमाणे काटे आणि आकडे उलटे फिरवले, तरी वेळ सांगण्याचं काम घड्याळाकडून

पार पाडलं गेलंच असतं. मग ते काटे असे डावीकडून उजवीकडेच का फिरतात, ही ग्यानबाची शंका रास्तच होती. तिचंच निरसन करण्यासाठी दादासाहेब सांगू लागले.

'आपण दिवसाची सुरुवात सूर्योदयाबरोबर झाली असं मानतो. त्यानंतर किती वेळ टळली आहे, हे समजून घेण्यासाठी जेव्हा निरनिराळी यंत्रं तयार करण्याची कल्पना पुढं आली, तेव्हा पहिल्यांदा वाळूचं घड्याळ तयार केलं गेलं. पण त्याचा वापर करून सूर्योदयापासून सूर्यास्तापर्यंत किती वेळ झाला आहे, हे समजणं कठीण होतं. कारण तो संपूर्ण काळ मोजायचा तर अगडबंब आकाराचं घड्याळच तयार करावं लागलं असतं. तेव्हा त्यानंतर गावाच्या मध्यभागी एक भला थोरला खांब उभा करून त्याच्या सावलीवरून वेळ मोजण्याची कल्पना लढवली गेली. हे खांब वरवर निमुळते होत गेलेले असत. इजिप्तमध्ये पहिल्यांदा त्यांचा वापर करण्यात आला. त्यांना ओबेलिस्क असं म्हणत. आपण त्यांना कालमनोरा म्हणू शकू. तर सूर्योदयाच्या वेळेला सूर्य जेव्हा क्षितिजावर असतो, त्यावेळी या मनोऱ्याची सावली त्याच्या पायापासून दूरवर पसरलेली असे. लांबलचक सावली असे त्याची. पण जसजसा सूर्य आकाशात वरवर चढायला लागे, तसतशी या सावलीची लांबी कमी कमी होत जाई. आणि ज्यावेळी सूर्य बरोबर डोक्यावर येई, तेव्हा तर त्या मनोऱ्याची सावली त्याच्या पायापाशीच घुटमळताना दिसून येई, माथ्यावरून सूर्य ढळला, की परत त्या सावलीची लांबी वाढायला लागे. मात्र आता ती दुसऱ्या बाजूला पडत असे. सकाळी सूर्य पूर्वेला असतो. त्यावेळी सावली पश्चिमेच्या दिशेनं पडलेली असते.

आणि माथ्यावरून सूर्य पश्चिमेकडे वाटचाल करायला लागला, की सावली पूर्वेकडे पडत असे. आणि तिची लांबी त्याच दिशेनं वाढत जात असे.

या मनोऱ्यांचा चांगलाच उपयोग करता येतो, हे दिसून आलं तसं त्याचप्रकारचं पण कोणालाही स्वत:बरोबर नेता येईल अशा प्रकारचं सावलीचं घड्याळ तयार करण्याची कल्पना पुढं आली. तिचाच

वापर करून मग सूर्यतबकड्या किंवा सनडायल्स तयार करण्यात आल्या. गोलाकार असलेल्या या तबकड्यांवर मध्यभागी एक त्रिकोणी पट्टी बसवलेली असे. त्या पट्टीची सावली त्या तबकडीवर पडत असे. त्या सावलीच्या लांबीनुसार किती वेळ झाला याचं गणित करता येई. त्या गणितानुसार मग त्या

तबकडीवर वेगवेगळे आकडे कोरायलाही सुरुवात झाली. त्या मधल्या पट्टीची सावली कोणत्या आकड्यापर्यंत पोचली आहे, हे पाहून मग किती वेळ झाला हे सहज समजून येई.

या सावलीचा प्रवास पश्चिमेकडून पूर्वेकडे असा होत असे. आता नकाशात आपण पश्चिम दिशा कोणीकडे दाखवतो?'

'डावीकडं.' वास्तविक दादासाहेबांनी ग्यानबाला उद्देशून तो प्रश्न विचारला नव्हता. बोलण्याच्या ओघात जोर देण्यासाठी त्यांनी ते वाक्य प्रश्नाच्या स्वरुपात विचारलं होतं. पण ग्यानबाला असलेली माहिती पोटात दडवून ठेवणं कधीच जमत नसे. आणि एकदा सांगितलेली गोष्ट त्याच्या डोक्यात पक्की बसून राही. त्यामुळं पूर्वी केव्हातरी दादासाहेबांनी त्याला नकाशे कसे वाचायचे, हे समजावून सांगितलेलं होतं. ते त्याच्या ध्यानात होतंच.

'बरोबर. म्हणजेच मग त्या सावलीचा दिवसाभरातला प्रवास पश्चिमेकडून पूर्वेकडे म्हणजेच डावीकडून उजवीकडे असा होत असे. दिवसातली वेळ टळण्याचा आणि या डावीकडून उजवीकडे सावलीचा प्रवास होण्याचा जो संबंध आहे, तो डोक्यात इतका पक्का भिनला होता, की आता वापरण्यात येणारी यांत्रिक घड्याळं तयार करण्यात आली, तेव्हा त्याच्या तबकडीवरचे काटेही त्या सावलीच्याच दिशेनं फिरतील, अशी व्यवस्था करण्यात आली. पूर्वीच्या व्यवस्थेची पाठी राहिलेली ती खूण आहे. नाहीतर तू म्हणालास त्या प्रमाणे आकडे उलटे लावले, तर काटेही उलट्या दिशेनं फिरवता येतील. तरीही अचूक वेळ दाखवणं शक्य होईल.'

'त्ये समदं खरं. पर आपल्या सावलीला असं उलटं कसं फिरिवता येईल गा? तवा काटं सद्या फिरत्यात तसंच ठिवल्यालं लई ब्येस बगा.'

दादासाहेबांनाच उलटी दीक्षा देत ग्यानबा तिथून पसार झाला.

◆

नदीकाठचा प्रकार

'दादासायेब, दादासायेब!' ग्यानबा ओरडत ओरडतच घरात शिरला. त्याच्या आवाजाचा सूर ऐकून दादासाहेबही घाईघाईनं आतून बाहेर आले. काहीतरी वेडावाकडा प्रकार घडला असावा, अशी शंका त्यांना आली. ग्यानबाला काही झालं तर नाही, या भीतीनं त्यांनी त्याच्याकडे पाहिलं. तो ठीक आहे हे पाहून त्यांचा जीव भांड्यात पडला. तरीही त्यानं असं घाबरत ओरडत का यावं, हे त्यांना कळेना.

'काय झालं रे? असा घाबराघुबरा होऊन का ओरडतो आहेस?'

'मुडदा.' धापा टाकतच ग्यानबानं सांगितलं. दादासाहेब अधिकच बुचकळ्यात पडले.

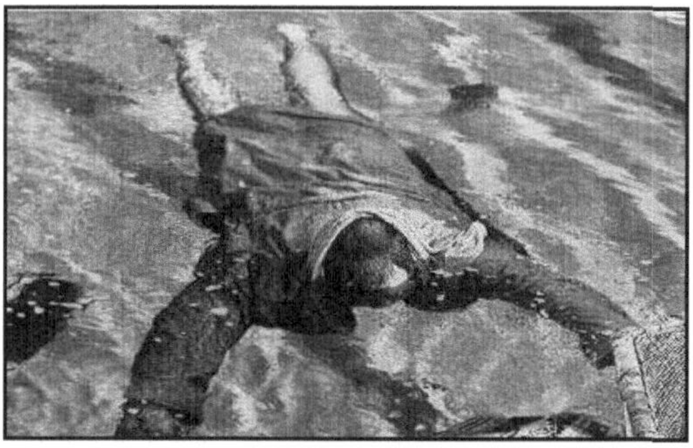

'काय?'

'नदीमंदी येक मुडदा आलाय व्हाऊन. पान्यावर तरंगतो हाये.'

'कोणाचा? म्हणजे कोण आहे ते?'

'त्ये कायी ठावं न्हायी.'

'अरे मग पोलिसांना कळवायला हवं. थांब जरा फोन करतो मी.'

'त्येची कायी एक जरुरी न्हाई. पुलीस थितं हायतीच. समदा गाव लोटल्याला हाय.'

दादासाहेबांना द.मा. मिरासदारांच्या 'नदीकाठचा प्रकार' या गोष्टीची आठवण झाली. त्यानं त्यांच्या तोंडावर स्मितरेषा उमटली. ती पाहून ग्यानबानं विचारलं,

'हसताय कशापायी?'

'काही नाही. एका विनोदी कथेची आठवण झाली. अरे पण मग तू इथं का

आलास ओरडत? मला बोलवायला?'

'आरं तिच्या मारी त्ये इसरतच व्हतो. म्या पान्यात उतरलो, की आये थितं आसली तर सदा कावती. म्हनती उगी पान्यामंदी उचापत्या करू नगं. मुडद्यावानी बुडालास म्हंजी. पर आता बगतू तर मुडदा बुडत न्हायी. उलटा पान्यावर तरांगतुय मजंशीर. मंग लोक असं का म्हनत्यात, की मुडद्यापरास बुडशीला म्हनून?'

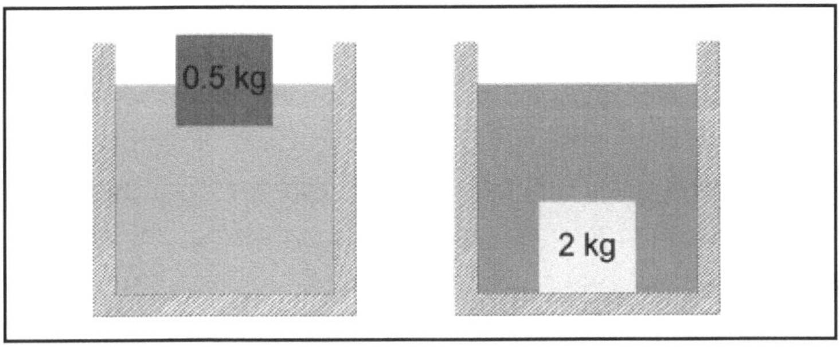

ठोकळ्याची प्रत्येक बाजू १० सेंटीमीटर आहे. तेव्हा ठोकळ्याचं आकारमान झालं एक लिटर. तेवढंच पाणी ठोकळा बाजूला सारतो. त्या पाण्याचं वजन होईल एक किलोग्रॅम. त्याच्यापेक्षा कमी वजन असलेला ठोकळा तरंगतो. जास्ती वजन असलेला ठोकळा बुडतो.

'ते तसं खरंही आहे आणि तू म्हणतोस तेही खरं आहे. कोणतीही वस्तू पाण्यावर का तरंगते? तर ती पाण्यापेक्षा हलकी असते म्हणून. म्हणजेच त्या वस्तूची घनता पाण्याच्या घनतेपेक्षा कमी असते. लाकडाचा ओंडका पाण्यावर तरंगतो कारण लाकूड पाण्यापेक्षा हलकं असतं. पण तेवढ्याच आकाराचा दगड किंवा लोखंडाचा तुकडा पाण्यात बुडतो. त्यापेक्षा कमी आकाराचा दगडही एकदम पाण्यात जातो. कारण लोखंड काय किंवा दगड काय, त्यांची घनता पाण्याच्या घनतेपेक्षा कमी असते. कोणतीही वस्तू आपल्या आकारमानाएवढ्या आकारमानाचं पाणी दूर सारते. त्या पाण्याचं वजन जर वस्तूच्या वजनाएवढंच असेल तर ती वस्तू तरंगते. जर ते कमी असेल तर बुडते. माणसाच्या शरीराची घनताही पाण्याच्या घनतेपेक्षा कमी असते. त्यामुळं माणसाचं शरीर पाण्यावर तरंगतं. आपल्याला बुडण्याची भीती वाटल्यामुळं आपण शरीर आक्रसून घेतो किंवा वेडीवाकडी धडपड करतो. त्यापायी नाकातोंडातून पाणी आत गेलं, की शरीराची घनता जास्ती होते आणि माणूस बुडतो. तो जर काहीही हालचाल न करता स्नायू सैल सोडून नुसता पडून राहिला तर त्याचं शरीर तरंगायला हवं.

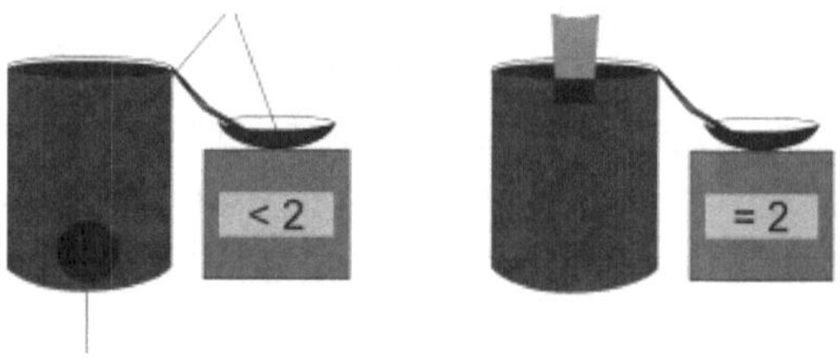

पाण्यापेक्षा काकवीची घनता जास्ती असल्यामुळे पाण्यात बुडणारी गोटी काकवीत तरंगते

जेव्हा माणूस मरतो आणि पाण्यात पडतो तेव्हाही त्याच्या नाकातोंडातून पाणी शरीरात जातं. फुफ्फुसासारख्या शरीराच्या अवयवात तसंच पोटातही हवा असते. तिची हकालपट्टी करून पाणी तिची जागा घेतं. त्यामुळं शरीराची घनता वाढते. ती पाण्याच्या घनतेपेक्षा जास्ती होते. साहजिकच असं मेलेल्या माणसाचं शरीर, म्हणजेच तुझ्या भाषेत मुडदा, तो बुडतो. तेव्हा तुझी आई किंवा इतर लोक तुला सांगत असतात, ते खरंच आहे. मुडदा बुडतो. पण अशा मुडद्यावर मग सूक्ष्मजीव म्हणजेच जीवाणू किंवा जंतू ताव मारू लागतात. कोणत्याही मृत सजीवाच्या शरीराची विल्हेवाट लावण्याची निसर्गाची ती रीतच आहे. तसंच मग मुडद्याचीही विल्हेवाट लावण्याची, त्या शरीराचं विघटन करण्याची निसर्गाची ती किमया आहे. त्या जंतूंचं काम सुरू झालं, की त्याचा परिणाम म्हणून शरीरात काही वायू तयार होऊ लागतात. ते पुरेशा प्रमाणात तयार झाले, की शरीर फुगतं. त्याची घनता परत पाण्याच्या घनतेपेक्षा कमी होते. शिवाय नदीच्या किंवा ओढ्याच्या तळाशी असलेल्या चिखलाचा त्याच्यावर जो जोर असतो त्यावर मात करून ते शरीर....'

'....म्हंजी मुडदा?'

'हो, मुडदा. तो वर वर येऊ लागतो आणि पाण्यावर तरंगतो. तेव्हा पाण्यावर तरंगणारं शरीर मेल्यानंतर ताबडतोब वर आलेलं नसतं. मेल्यावर ताबडतोब ते बुडतंच. काही वेळानंतर ते फुगलं म्हणजेच ते वर येऊन तरंगतं.'

'पर किती दिसांनी त्यो असा परत पान्याच्या वर येतो.'

'ते काही नक्की सांगता येत नाही. त्या जलाशयाचं पाणी किती खोल आहे, ते पाणी कोणत्या प्रकारचं आहे, ते शरीर जिथं जाऊन पडलंय तिथपर्यंत सूर्यप्रकाश पोचतो आहे की नाही, ते शरीर कुठंतरी अडकून पडलं आहे की काय, अशा अनेक घटकांवर ते अवलंबून असतं. कारण त्याच्यावर कोणत्या प्रकारचे आणि किती जंतू ताव मारत आहेत, तसंच त्यापायी किती वायू तयार

होतो आहे, यावर त्या शरीराचं फुगणं अवलंबून असतं. ते पुरेशा प्रमाणात फुगलं नाही, तर मग त्याची घनता पाण्याच्या घनतेपेक्षा कमी होत नाही. आणि तशी ती झाली नाही, तर मग साहजिकच ते वर येऊ शकत नाही.'

'पर त्या मुडद्याच्या गळ्यामंदी धोंडा असला तर वो? गुदस्ता त्या हनम्याच्या मावळ्यानं गळ्यात धोंडा बांदून हिरीत जीव दिलता. त्येचा मुडदा मंग हिरीच्या तळाशीच जाऊन ऱ्हायला आसंल.'

'नाही. जर त्या शरीरात पुष्कळ प्रमाणात वायू तयार झाले तर मग ते इतकं फुगतं, इतकं हलकं होतं, की दगड विटांसारख्या वस्तूही त्याला तळाशी जखडून ठेवू शकत नाहीत. कित्येक वेळा काही जणांचा खून करून त्या मृत शरीराला दगड बांधून ते पाण्यात फेकून दिलं जातं. पण ते कायमचं पाण्याखालीच राहत नाही. काही वेळानंतर का होईना, ते वर तरंगायला लागतंच आणि खुनाला वाचा फुटते.'

'म्हंजी मुडदाबी बोलाया लागतो म्हना की! ह्ये ब्येस हाये. मुडदा बी बोलतो. आचिरच हाय येकेक!' स्वत:शीच हसत, बडबडत ग्यानबा तिथून निघून गेला.

◆

पोटातले कावळे

'येतो म्या मंग.' ग्यानबा म्हणाला. त्याच्या विक्षिप्त वागण्याची दादासाहेबांना तशी सवय होती. तरीही घरात पाऊल ठेवलं नाही तोच परत निघून जाण्याचीच गोष्ट तो करतो आहे, हे पाहून त्यांना अचंबा वाटलाच. असं जायचंच होतं तर मग आला तरी कशासाठी हा, असा विचार दादासाहेबांच्या मनात आल्यावाचून राहिला नाही. त्यांनी विचारलंही,

'अरे तुझं एक पाऊल उंबरठ्याबाहेरच आहे. पुरता घरात शिरलाही नाहीस तू अन् लगेच जायचं म्हणतो आहेस!'

'व्हय जी. लई भुका लागल्यात. प्वाटात कावळं आरडाया लागल्यात.'

'मग काहीतरी खायला पाहिजे असं सांग की. थांब जरा बघतो.'

'नगं, नगं. आये कावल. त्यिनं घराकडं मायंदाळ भाकर आणि कोरड्यास करून ठिवल्यालं आसंल.'

'मग इथं कशाला आलास एवढ्या उन्हाचा?'

'ह्येच इचाराला आलतो की प्वाटात कावळं कशापायी वराडत्यात? आनि कावळंच का वराडत्यात? कबुतरं न्हाई तर चिमन्या का वराडत न्हायती?'

दादासाहेबांना त्याच्या या भन्नाट कल्पनेचं हसू आलं.

'अरे 'कावळे कावकाव करताहेत', ही अलंकारिक भाषा झाली. ते तसं शब्दशः घ्यायचं नसतं. पोटात खरोखरीचे कावळे किंवा इतर पक्षी काही जाऊन बसत नाहीत. पोटातून आवाज येतात त्याला उद्देशून तो शब्दप्रयोग केला जातो.'

'पर भुका लागल्या म्हंजी तरी असं आवाज कशापायी येत्यात?'

'खरं सांगायचं तर भूक लागली म्हणजेच असे आवाज येतात, हेही तितकंसं खरं नाही. तसे आवाज नेहमीच येत असतात. आपली पचनसंस्था म्हणजे तोंडापासून ते गुदद्वारापर्यंत एक पोकळ नळीच असते असं म्हटलं, तर ते वावगं

होणार नाही. तोंडावाटे जो घास आपण आत घेतो त्याच्यावर दात आणि लाळ यांचा प्रभाव पडला, की त्याचा एक लगदा तयार होतो आणि त्या लगद्याचा गोळा पुढं पुढं सरकू लागतो. पण स्वत:च्या जोरावर तो पुढे जाऊ शकत नाही. त्यासाठी पहिल्यांदा आपल्या गळ्यातल्या अरुंद अन्ननलिकेमधून त्याला जठरात उतरावं लागतं. तिथं त्याचं पचन होऊन तो लगदा आणखीच पातळ झाल्यावरही त्याला आतड्याच्या अरुंद नळीमधून प्रवास करावा लागतो. हे अरुंद नळ्यांमधले प्रवास सहज शक्य होतात कारण त्या नळ्याही त्या प्रवासाला मदत करत असतात. तुझ्या पायजम्याच्या नाड्यामध्ये जेव्हा एखादी पिन अडकून बसते तेव्हा ती तू कशी बाहेर काढतोस?'

'त्ये तर लई स्वाप्पं हाय. जितं ती पिन अडकून बसल्याली आसती त्येच्या फाटी मी दाबून ती मागं फिरनार न्हाई ह्ये बगतो. आन् मंग त्या पिनवर जोर देऊन तिला फुडं ढकालतो. ती तशी वाईच फुडं गेली की मंग ती जितं व्हती थितं दाबून तिचं दोर कापून टाकतो, त्या तानाजी मालुसऱ्यावानी आन्....'

'म्हणजेच तू आलटून पालटून तो नाडा आक्रसून घेतोस आणि त्याला पसरवतोस. आपल्या अंगातल्या या अरुंद नळ्यांमध्येही तसंच काहीसं होतं. या नळ्यांशी स्नायू जोडलेले असतात. ते स्नायू आकसले की तिथं ती नळी दाबली जाते. तिला चिमटा घेतला जातो. त्याचबरोबर त्याच्या पुढच्या भागाशी जोडलेले स्नायू प्रसरण पावून तिथं जराशी मोकळी वाट तयार करतात. त्यामुळं त्या लगद्याच्या गोळ्याला रेटा लागून तो थोडासा पुढं ढकलला जातो. त्याबरोबर प्रसरण पावलेले स्नायू आता आकसतात. पुढच्या भागाला चिमटा बसतो आणि त्याच्याही पुढच्या भागात वाट तयार होऊन तो गोळा आणखी पुढे ढकलला जातो. तू गांडूळ चालताना पाहिले आहेस कधी?'

'व्हय जी.'

'ते कसं चालतं?'

'त्ये पयले आपलं अंग आकसून घ्येतं. अन् मग येकदम आरामशीर पसरून द्येतं. त्येच्यापायीच तर ते फुडं फुडं सरकतंय न्हवं!'

'बरोबर. आपल्या आतड्यांची अशीच हालचाल सतत होत असते. जणू त्या नळीवरून एक लहर दौडत जाते. या सततच्या आकुंचन प्रसरणापायी त्या नळीमध्ये सतत आवाज होत राहतात. आपल्या

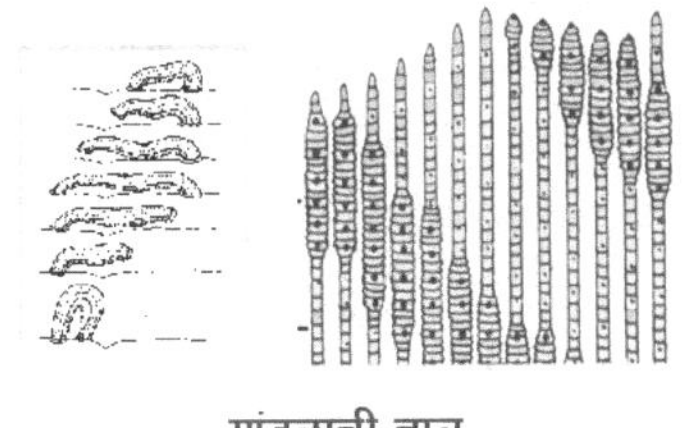
गांडुळाची चाल

हृदयाची धडधड कशी होते आणि तिचा आवाजही कसा होत राहतो–'

'व्हय, व्हय. म्या ऐकल्याला हाय त्यो आवाज, त्या डागदराच्या नळीमधून. म्हंजी त्या नळीला जोडलेली ती तबाकडी आश्शी आपल्या छातीवर डाव्या बाजूला बरं का, उजवीकडं न्हाई, ठिवली की त्या नळीमंदून त्यो आवाज आपल्या कानामंदी पोचतो. धाब, धाब, धाब.' ग्यानबानं उत्साहित होत सांगितलं. गावातल्या डॉक्टरांच्या पाठी भुणभूण लावून त्यानं स्टेथॉस्कोपमधून हृदयाचे ठोके ऐकलेले होते.

'वाह, बरीच माहिती आहे की तुला!' त्याचं कौतुक करत दादासाहेब म्हणाले, 'तर या आतड्यांच्या या कायमच्या आणि एका लयीत होणाऱ्या हालचालीपोटी आतड्यांमध्ये सतत आवाज येत असतात. पण त्या आतड्यांमध्ये जर अन्नपदार्थांचा लगदा असेल तर त्या नळ्या भरलेल्या असतात. त्यामुळं ते लयबद्ध आवाज त्यात शोषले जातात. त्यांची तीव्रता कमी होते. पण ज्यावेळी त्या नळ्या रिकाम्या असतात तेव्हाही या नळ्यांची अशी हालचाल होतच राहते. तिथं अन्नपदार्थाचा लगदा नसला तरी त्या स्नायूंचं आकसणं आणि प्रसरण पावणं चालूच राहतं. त्यावेळी होणाऱ्या आवाजांना शोषून घ्यायला तिथं काहीच नसतं. त्यामुळं तो आवाज घुमतो आणि त्याची तीव्रता वाढल्यासारखी होते. तो मोठा होतो आणि मग आपल्याला सहजासहजी ऐकू येतो. कदाचित ज्यावेळी त्या नळ्या रिकाम्या असतात तेव्हा त्या भरल्या पाहिजेत, याची जाणीव आपल्या मेंदूला होत असावी आणि तो त्यांना जरा जोरानंच ती हालचाल करायला भाग पाडत असावा. त्याची लय वाढत असावी. आपल्या शरीराचा आपल्याला भूक लागली आहे, आणखी पोषणाची गरज आहे हे सांगण्याचाही तो प्रयत्न असेल. पण त्यामुळं आधीच थोडा मोठा झालेला आवाज घुमल्यामुळे आणखीच मोठा होतो. आपल्याला सहज ऐकू येतो. भरल्या पोटी ते आवाज दबले जातात. त्यामुळं ते ऐकू येत नाहीत. पण रिकाम्या पोटी त्यांना दाबून टाकायला तिथं काहीच नसल्यामुळं ते आपल्याला ऐकू येतात. म्हणून ते फक्त रिकाम्या पोटीच होतात असं आपल्याला वाटतं. एकदा ते असे मोठ्यानं होऊ लागले की दहा ते वीस मिनिटं तरी ते होत राहतात. तासाभरानं त्यांची पुनरावृत्ती होते. पोटात काही जाईपर्यंत त्यांचा हा क्रम चालूच राहतो.'

'म्हंजी कोनाच्याबी शरीरात आसंच व्हतं म्हना की?'

'खरंच आहे. बहुतांश प्राण्यांच्या शरीरात पचनसंस्था याच प्रकारे काम करते.'

'म्हंजी मग कावळ्याच्या प्वाटात बी कावळंच कोकलत आसत्याल. की थितं वायलाच कोनीतरी आरडत असतो?'

नेहमीप्रमाणे काहीतरी चक्रम पण सयुक्तिक प्रश्न करून हसतहसतच ग्यानबानं तिथून काढता पाय घेतला.

◆

कपड्यांचा सुवास

घरात ग्यानबा शिरला तो स्वत:भवती गिरक्या मारतच. तो स्वत:शी काही तरी गुणगुणतही होता. एकंदरीत स्वारी भलतीच खूष दिसत होती. इतकी की समोरच दादासाहेब बसले आहेत याकडेही त्याचं लक्ष गेलं नाही. तो स्वत:तंच दंग झाला होता. दादासाहेबांनीही त्याच्या तंद्रीचा भंग केला नाही. ते त्याच्याकडे गंमतीनं पाहत राहिले.

थोड्या वेळानं त्याचं लक्ष त्यांच्याकडे गेल्याबरोबर तसाच नाचऱ्या पावलांनी तो त्यांच्याजवळ गेला आणि म्हणाला,

'दादासाहेब, माझी कापडं.'

दादासाहेबांनी बघितलं. नेहमीसारखाच पेहराव करून तो आला होता. गुडघ्यापर्यंत पोचणारी ढगळशी हाफ पॅन्ट आणि वर अंगात चढवलेली मुंडेछाट पैरण. भरड कापडाची. बहुतेक मांजरपाट असावा. ग्यानबा नेहमी हाच पोशाख करून येत असे. नाही म्हणायला गावच्या देवीची जत्रा असली किंवा इतर काही सण असला, की त्याच्या डोक्यावर पांढरी गांधी टोपी चढत असे. त्यामुळं जेव्हा त्यानं दादासाहेबांचं लक्ष

आपल्या पेहरावाकडे वेधण्याचा प्रयत्न केला, तेव्हा त्यांनाही जरा आश्चर्यच वाटलं. त्यानं एवढं खास सांगितलं आहे तर जरा बारकाईनं पाहावं म्हणून दादासाहेबांनी परत नजर फिरवली. अंगावरचे कपडे तेच होते. पण आज जरा जास्तीच स्वच्छ दिसत होते आणि त्यांच्यावर वापरून झाल्यावर दिसतात तशा सुरकुत्याही दिसत नव्हत्या. अगदीच परीटघडी नसली तरी कपडे नव्यासारखे

दिसत होते. ते पाहून दादासाहेबांनी विचारलं,

'काय रे, नवे कपडे वाटतं?'

'न्हाय बा! पर शाप धुऊन मागल्या अंगनात सुकवल्याली हायती. आशी भाईर आंगनात सुकवली, की कसा मस्ताड वास येतुया. नाक तिकडंच वळतंया बगा. बरी सय जाली. त्येच इचाराया आलतो. मंजी काल लई दिसांनी उगडीप पडली बगा. या पावसापायी बा लई खूश आसला, तरी घरातच कापडं सुकवायची म्हंजी त्येनला कसा कुटं तरी कोपऱ्यात ठिवल्यावानी कुबाट वास येतुया. अंगात घालावंच वाटत न्हाई बगा. पर असं उनामंदी आंगनात सुकवली, की कसा नव्या फुलागत वास येतुया. त्यो कसा काय म्हनतो म्या?'

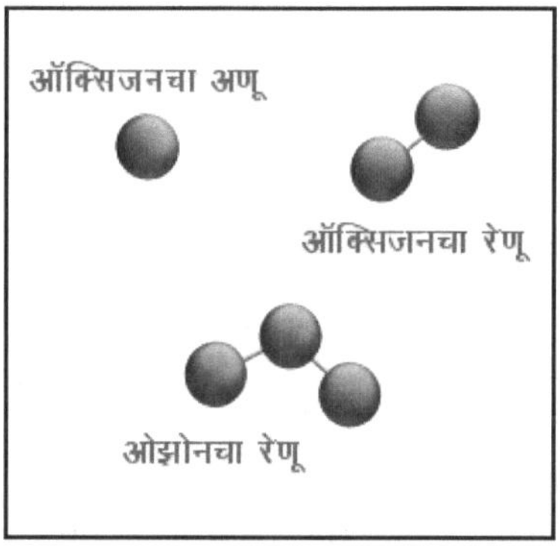

त्याचं म्हणणं खरंच होतं. गेले काही दिवस सतत पावसाची रिपरिप चालू होती. शेतीला तो चांगला असला, तरी धुतलेले कपडे सुकवणं मुश्किल झालं होतं. कितीही वेळ ठेवले, तरी ते सर्दच वाटत असत आणि त्यांना कुबट वासही येत असे. पण ते उघड्यावर वाळवले, की त्यांना एक प्रकारचा हवाहवासा वाटणारा सुगंध येत असे. हे असं का होतं, याचं कोडं ग्यानबाला पडलं असलं तर नवल नव्हतं.

'उघड्या हवेवर कपडे सुकवल्यावर त्यांना एक प्रकारचा मन प्रसन्न करणारा वास का येतो, याचं कोडं संपूर्णपणे उलगडलं नसलं, तरी एक उत्तर शोधून काढलं गेलं आहे. हवेत ओझोन वायू असतो. तसंच इतरही काही वायू आणि वाफाही विहरत असतात. झाडांच्या पानांमधूनही काही वायू बाहेर पडत असतात. शिवाय हवेत काही जीवाणू....'

'....म्हंजी जंतू?'

'बरोबर, जंतूच.' ग्यानबाची बुद्धी कुशाग्र होती आणि स्मरणशक्तीही दांडगी होती. त्याला एकदा समजावून सांगितलेली गोष्ट तो विसरत नसे. म्हणूनच त्याच्या एरवी विक्षिप्त वाटणाऱ्या प्रश्नांची उत्तरं त्याला समजेल अशा भाषेत देण्याची धडपड दादासाहेब करत असत.

'तर हे जीवाणू ओझोनची आणि वाफांची किंवा झाडांच्या पानांमधून बाहेर पडणाऱ्या वायूंची एकमेकांशी प्रक्रिया करतात. त्यातून एक असा पदार्थ बाहेर पडतो, की जो ओल्या कपड्यांना चिकटून राहतो. त्याची नीटशी ओळख

झालेली नाही म्हणून शास्त्रज्ञांनी त्याला नुसतंच ओपन एअर फॅक्टर म्हणजेच उघड्या हवेतला घटक असंच म्हटलं आहे. पाण्याशी दोस्ती करण्याची त्याची प्रवृत्ती असते. त्यामुळं जिथं जिथं पाणी आहे, तिकडे तो धाव घेतो. नुकतेच धुवून वाळत घातलेल्या कपड्यांमध्ये तसं बरंच पाणी असतं. त्यामुळं त्या कपड्यांना तो चिकटून बसतो. पण हा जो वायू असतो तो स्थिर नसतो. टिकाऊ नसतो. आहे त्या रुपातच तगून राहणं त्याला कठीण होतं. त्यामुळं जसजसे ते कपडे सुकून जातात तसतसं पाण्याला चिकटून आहे त्या रुपातच राहणं त्याला कठीण होतं. कपड्यातलं पाणी उडून गेलं, की तो सुटा पडतो आणि त्या रुपात तो लवकरच मोडून पडतो. त्याचे निरनिराळे तुकडे होतात. त्यातलेच काही तुकडे आपल्याला चांगला वास देणाऱ्या वायूचे असावेत असा अंदाज आहे. या वायूचीही तशी पक्की ओळख झालेली नाही. पण कपडे सुकल्यावरच त्यातून तो बाहेर पडतो, हे दिसून आलेलं आहे.'

'म्हंजी हा जो काही पदार्त हाये तो उगड्यावरच आसतो म्हना की. जवा का आपण कापडं घरातच सुकिवतो तवा त्या कापडामंदी त्यो नसतोच, आसंच न्हवं का?'

'तसंच म्हणायला हरकत नाही. जेव्हा आपण कपडे घरातच सुकवतो तेव्हा दोन प्रक्रिया संभवतात. बाहेर पावसाची रिपरिप चालू असते म्हणून आपण कपडे घरात वाळत घालतो. अशा वेळी बाहेरच्या हवेत दमटपणा असतो. म्हणजेच हवेत पाण्याचे थेंब असतात. पाऊस पडत नसतो तेव्हाही हवेत बराच पाण्याचा अंश असतो. त्यामुळं हा जो उघड्या हवेतला घटक आहे, तो तिथंच त्या हवेतल्या पाण्यात चिकटून बसतो. घरातल्या ओल्या कपड्यांच्या वाट्याला तो येत नाही. आणि थोडाफार जरी आलाच तरी ते कपडे नीटसे सुकत नसल्यामुळं त्यांना चिकटून राहणं, तगून राहणं त्याला जमतं. त्याचे तुकडे न झाल्यानं त्याच्यातून तो चांगला वास देणारा पदार्थ बाहेर पडतच नाही. त्यामुळं त्या कपड्यांना तोच दमट कुबट वास येत राहतो.'

'तसं आसंल तर मग पाऊस पडून गेल्यावर भायली हवा कोरडी जाली, की तिच्यातून त्योच वास याया होवा. त्यो का येत न्हाई?'

ग्यानबानं मोठा मार्मिक सवाल केला होता. दादासाहेबांनाही क्षणभर चक्रावल्यासारखं झालं. पण सावरत ते म्हणाले,

'त्याचं कारण म्हणजे हवेतलं त्याचं प्रमाण कमी असतं. हवेच्या एक अब्ज भागात त्याचा एक भागाएवढाच हिस्सा असू शकतो. पण तो जेव्हा ओल्या कपड्यांना चिकटतो तेव्हा त्या कपड्यातलं त्याचं प्रमाण यापेक्षा लाखपटीनं तरी वाढतं. त्यामुळंच ओले कपडे सुकले, की त्यातून मोडून पडलेला तो सुगंधी तुकडा आपल्या नाकपुड्यांना चाळवू शकतो. हवेतलं त्याचं प्रमाण कमी असल्यामुळं तिच्यातून मोडून पडलेला तुकडा आपल्या नाकपुड्यांना गुदगुल्याही करू शकत नाही.'

'आरं तिच्या मारी या हवंच्या! म्हंजी ती बी आपल्याला गुदगुल्या करतीया म्हना की!' दादासाहेबांनी दिलेल्या त्या उपमेची ग्यानबाला गंमत वाटली. तिच्यातच गुरफटून जात तो आला तसा स्वत:शीच गुणगुणत निघून गेला.

◆

बोटांमधले बुडबुडे

येऊन बराच वेळ झाला तरी ग्यानबा गप्पच बसला होता. नेहमीप्रमाणे काही तरी विक्षिप्त, चक्रम वाटणारा प्रश्न घेऊन त्यानं दादासाहेबांना सतावलं नव्हतं. एकाच जागी तो बसून होता. हाताची बोटं मात्र वरचेवर मोडून पाहत होता. निराशा झाल्यासारखी मान हलवत थोडावेळ त्या बोटांकडेच पाहत होता. आणि परत एकदा ती मोडण्याचा प्रयत्न करत होता. थोडा वेळ असाच गेल्यावर दादासाहेबांनाच ती शांतता असह्य झाली. शिवाय आपली बोटं कडाकडा मोडण्याच्या नादात ग्यानबा खरोखरीच त्यातलं एखादं हाड मोडून टाकायचा, अशी भीतीही त्यांना वाटली. त्याच्या तंद्रीतून त्याला जागं करण्याच्या उद्देशानं ते म्हणाले,

'काय ग्यानबा काय चाललंय? कसला विचार करतो आहेस एवढा?'

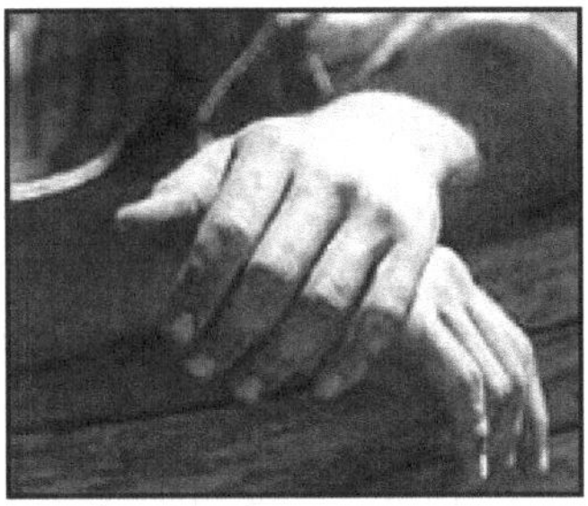

'आता हितं याया निगालो म्हनताना येशाच्या म्हातारीनं कायबाय काम सांगितलं. मस्नी हितं याचं हुतं म्हन्ताना म्या न्हाई म्हटलं. तवा 'मुडदा बशिवला तुजा' आसं म्हनत म्हातारीनं आपली बोटं कानशीलावर कडाकडा मोडली न्हवं का? म्या पन बगत हुतो माजी बी बोटं तशीच मोडता येत्यात का न्हाई त्ये. पर काई पन हुईना बगा. आसं का हुतं? आनि बोटं मोडल्यावर असा कडाकडा आवाज कुटनं येतो?'

'असा सवाल पडलाय होय तुला! तरीच आपली बोटं ताणायचा प्रयत्न करतो आहेस मगापासून. आता तशीच ताणत बसू नकोस. नुसतीच दुखतील. आपली बोटं मोडल्यावर कडाकडा असा आवाज का होतो, हे समजून घ्यायचं असेल तुला, तर त्या आधी तिथल्या हाडांची रचना कशी असते, हे समजून घ्यावं लागेल. खरं तर हा आवाज काही बोटांची पेरं वाकवल्यावरच येतो असं नाही. खरं तर कोणत्याही हाडांच्या सांध्यामधून तो जरासा ताणला गेल्यावर असा आवाज येतो. काही जणांच्या बाबतीत तो जरा जोरानं येतो तर इतरांच्या बाबतीत

तो अतिशय हलका येतो.'

'बरुबर बगा. येशाच्या म्हातारीच्या बोटातनं देवळातला नगारा वाजल्यावानी आवाज आला बगा. पर माज्या हातातनं कायी येक न्हायी. माज्या चुटकीचा आवाज बी जोरकस आसंल. असा फरक का म्हनून आसतो?'

'आपल्या शरीरात जे सांधे असतात, तिथं दोन हाडं एकमेकांशी जोडली जातात. पण त्या सांध्यांची हालचाल होत असताना ती दोन हाडं वेगवेगळ्या कोनातून फिरतात. हे फिरणं सहज शक्य व्हावं म्हणून ती हाडं एकमेकांना जिथं भिडतात, तिथं एक प्रकारचा स्नायूंचा जाडसर थर असतो. तसा नसला तर एकमेकांवर घासून त्या हाडांची झीज होईल, शिवाय त्यांची मोडतोडही होण्याची शक्यता असते. ते स्नायूचे थर एकमेकांशी घासतात तेव्हाही त्याच्यामुळं तिथं उष्णता निर्माण होते. आपण दोन कापडं एकमेकांवर घासली तर गरम झाल्यासारखी वाटतात. आपले तळवेही एकमेकांवर घासले तर गरम होतात.'

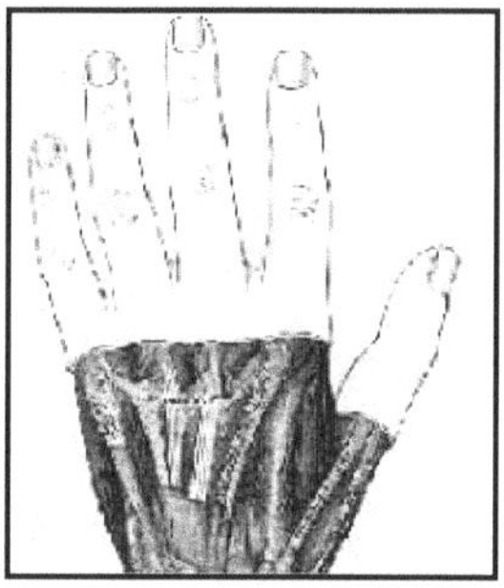

'व्हय, व्हय. थंडीच्या दिसात असं हात घासून त्वांडावर ठिवले, की लई बरं वाटतं. अंगात उब आल्यावानी वाटतं.'

'बरोबर. कोणत्याही दोन वस्तू अशा एकमेकांवर घासल्या, की त्यामुळे उष्णता निर्माण होते. त्या उष्णतेचा त्या थरांवर वाईट परिणाम होतोच. शिवाय त्या घासण्यापायी त्या थरांची मोकळी हालचाल होत नाही. ती तशी व्यवस्थित व्हावी म्हणून तिथं वंगण ठेवलेलं असतं.'

'म्हंजी आमच्या बैलगाडीच्या चाकांमंदी घालतो ते त्याल?'

'तेच नाही. पण ते वंगण घातल्यानं चाकं कशी अलगद फिरतात, तशीच त्या स्नायूंची अलगद हालचाल होण्यासाठी तिथं तेलासारखाच एक पातळ पदार्थ असतो. त्या वंगणात प्राणवायू....'

'....म्हंजी आक्सीजन?'

'हो ऑक्सीजन, कार्बन डाय ऑक्साईड, नायट्रोजन असे वायूही विरघळलेल्या स्थितीत असतात.'

'आरं तिच्या! म्हंजी हवंत आसत्यात त्येच समदे वायू आसतात म्हना की!'

ग्यानबाच्या ज्ञान ग्रहण करण्याच्या शक्तिचा प्रत्यय परत एकदा दादासाहेबांना आला. पूर्वी कधी तरी त्यांनीच हवेत कोणते वायू असतात, ते त्याला सांगितलं होतं. त्यानं ते बरोबर लक्षात ठेवलं होतं आणि आता दादासाहेबांनाच त्याची

आठवण करून दिली होती.

'तेच सगळे वायू असतात. बराच वेळ वापर झाला, की ते सांधे थकल्यासारखे होतात. त्यांची मोकळी हालचाल होत नाही. कारण त्यांच्या हालचालीला मदत करणारे स्नायू जखडल्यासारखे होतात. त्यांना परत मोकळं करण्यासाठी ते सांधे जरा ताणले की मदत होते. पण ते सांधे ताणले की तिथल्या वंगणाची पिशवीही फुगल्यासारखी होते आणि त्यातले विरघळलेले वायू मोकळे होऊन त्यांचे बुडबुडे तयार होतात. ते बुडबुडे फुटतात आणि त्यांचाच आवाज होतो. तोच तुझ्या बोटांच्या कडकडण्याचा आवाज. जितक्या वेगानं हे बुडबुडे तयार होऊन फुटतात, तसंच किती बुडबुडे तयार होतात, यावर किती मोठा आवाज होणार, हे अवलंबून असतं. काही जणांच्या सांध्यातल्या वंगणात मोठ्या प्रमाणावर बुडबुडे तयार होतात तर इतरांच्या सांध्यात कमी प्रमाणात तयार होतात. तसंच त्यांचा वेगही कमी जास्त असतो. त्यामुळं बोटं ताणली, की होणाऱ्या आवाजाची जातकुळीही बदलते.

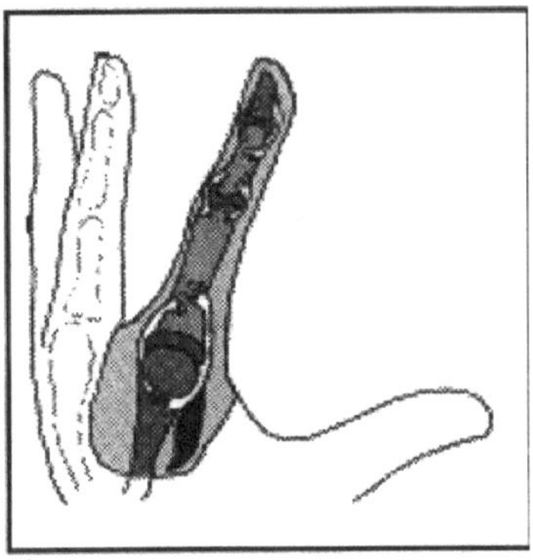

कोणत्याही सांध्याच्या ठिकाणच्या वंगणाची अशीच स्थिती असते. पण बोटांच्या सांध्यामध्ये बुडबुडे पटकन तयार होतात आणि सहजगत्या फुटतात. त्यामुळं त्यांचा आवाजही सहज होतो. शिवाय बोटांमध्ये तळव्याला बोटं जिथं जोडलेली असतात तो एक सांधा आणि वरच्या तीन पेरांमधले दोन सांधे असे एकंदरीत तीन सांधे जवळजवळ असतात. जेव्हा आपण बोटं ताणतो तेव्हा तीनही सांध्यांमधल्या वंगणांमध्ये बुडबुडे फुटण्याची प्रक्रिया होत असते. त्यामुळेही बोटं मोडल्यावर सहज आणि मोठा आवाज होतो. एकदा का असा आवाज करून बुडबुडे फुटले, की मग तसा आवाज होत नाही. कारण आता त्या वंगणात विरघळलेला वायूच उरत नाही. पण त्यातून बाहेर पडलेले वायू तिथंच अडकून पडलेले असतात. त्यामुळं आपण बोटांवरचा ताण सैल केला की ते परत त्या वंगणात विरघळू लागतात. ते तसे विरघळेपर्यंत अर्थात बुडबुडे तयार होण्याचा प्रश्नच उठत नाही. त्यामुळं तो कडकड आवाजही होऊ शकत नाही.'

'आता येशाच्या म्हातारीस्नी बी सांगतो, की बोटं मोडनं म्हंजी फकस्त बुडबुडंच आसत्यात. त्येंचा काय बी शाप बसत न्हाई म्हून.'

◆

जांभयांची साथ

जांभया देत देतच मुळी ग्यानबा आला.. आवरायचा प्रयत्न करूनही त्याला जांभया आवरत नव्हत्या. तशा स्थितीत तो कशासाठी इथं आला, हेच दादासाहेबांना कळेना. त्यांनी विचारलंच,

'अरे काय हे ग्यानबा! किती जांभया देतो आहेस? रात्री नीट झोपला नाहीस की काय?'

'व्हय जी! रातच्याला जरा रानात ग्येलतो राखन कराया. म्हनताना नीट झ्वाप गावली नाय.'

'अरे मग घरी जाऊन चांगली झोप काढायची नाहीस का? इथं कशाला आलास?'

'घराकडंच चाललो हुतो. पर येक किडा वळवळला—'

दादासाहेबांनाही आता ग्यानबाच्या या भाषेची ओळख झाली होती. 'किडा वळवळला' म्हणजे काहीतरी भन्नाट शंका त्याच्या मनात धुमाकूळ घालू लागली असाच असणार, हे त्यांना कळून चुकलं.

'काय झालं? कसली शंका आली तुला?'

'हीच. मानसाला जांबय कशापायी येती? म्हंजे नीज आली, की जांबया कशापायी द्येतो मानूस? आन् तीन चार दिसाखाली त्या बुवाच्या परवचनाला ग्येलतो म्हसुबाच्या द्येवळामंदी. काय तरी गुऱ्हाळ लावलं व्हतं बगा बुवानं. समदी मानसं कटाळली हुती. पर कोनी येकानं जांबय दिली म्हनताना समद्यांनाच जांबया यिऊ लागल्या. आसं कशापायी हुतंय? जांबयाची बी साथ येतीया का काय?'

'आपल्याला कंटाळा येऊ लागला म्हणजे जांभया येऊ लागतात, अशी एक समजूत आहे. ती तितकीशी बरोबर नाही. म्हणजे कंटाळा आलेला असला किंवा थकवा आलेला असला, की जांभई येते हे खरं. पण आपण व्यवस्थित झोप घेऊन उठतो तेव्हाही जांभया येतात. त्यावेळी आपण थकलेले नसतो. उलट

ताजेतवाने झालेले असतो. तरीही आपल्याला जांभया येतात. तसंच तू म्हणतोस तसं एखाद्या व्याख्यानाला किंवा प्रवचनाला गेलेलो असताना जांभया येतात. तेव्हा काही आपण थकलेलो नसतो. एखादं नाटक किंवा जादूचे प्रयोग पाहतानाही जांभया येतात. त्यावेळी आपल्याला कंटाळा आलेला नसतो. उलट त्या प्रयोगाचा आस्वाद घेऊन आपलं मन प्रसन्न झालेलं असतं. तरीही तो प्रयोग अपेक्षेपेक्षा जास्ती लांबला, तर आपल्याला जांभया येऊ लागतात. कारण तोपर्यंत आपण त्या प्रयोगाचा

आस्वाद घेण्यासाठी आपलं मन एकाग्र केलेलं असतं. त्यावरून आपल्याला आपलं मन दुसरीकडे वळवायचं असतं. दुसऱ्या कशावर तरी ते जडवायचं असतं. झोपेतून जागे होत असतानाही तशीच अवस्था असते. आपल्या मेंदूला विश्रांतीतून दुसरीकडे वळवायचं असतं. म्हणून जेव्हा जेव्हा आपल्याला आपलं लक्ष एका गोष्टीकडून दुसरीकडे वळवायचं असतं, आपल्या मेंदूला एका अवस्थेतून दुसऱ्या अवस्थेकडे न्यायचं असतं, तेव्हा आपल्याला जांभया येतात, असंच आता मानलं जातं.

जांभई घेताना आपल्या जबड्याचे आणि छातीचे स्नायू ताणलेले असतात आणि आपण तोंडावाटे जोरानं हवा आत ओढून घेतो. त्यामुळं आपल्या शरीरातलं ऑक्सिजनचं प्रमाण—'

'म्हंजी प्रानवायू?'

'बरोबर सांगितलंस. प्राणवायूच. त्याचं प्रमाण कमी झालेलं असतं तेव्हा आपल्याला जांभया येतात, असं मानलं जातं. ते थोडंफार खरं आहे. कारण आपल्या मेंदूमध्ये जांभयांचं नियंत्रण करणारा एक विभाग असतो. त्यातलं ऑक्सिजनचं प्रमाण कमी झालं, की जांभया येऊ लागतात. आपण कोणत्याही

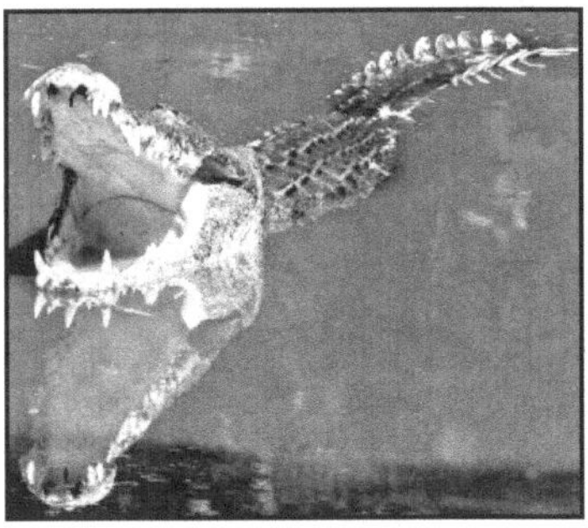

एका बाबीवर आपलं ध्यान देतो, तेव्हा आपला मेंदू बरंच काम करत असतो. त्यामुळं तो ऑक्सिजनचा जास्ती वापर करतो. त्यामुळं त्याचं तिथलं प्रमाण कमी होण्याची शक्यता असते.

केवळ कंटाळा आल्यामुळं जांभया येत नाहीत. कारण आईच्या पोटात असणाऱ्या बाळालाही जांभया येतात. गाईगुरांनाही जांभया येतात. त्यावेळी

आपल्यासारखाच त्यांच्या जांभयांचाही मोठ्यानं आवाज येतो. त्यांना थकवा आलेला असतो, अशातला भाग नाही. पण त्यांचंही लक्ष एका गोष्टीवरून दुसरीकडे वळायचं असलं, की त्यांना जांभया येतात.

जांभयांची साथ येते असं तू म्हणालास, त्याची मला मजा वाटली. कारण तू म्हणतोस तसं प्रवचनाला किंवा एखाद्या प्रयोगाला गेलेले असताना असा अनुभव येतो. तिथं एखाद्यानं मोठ्यानं जांभई दिली, की मग इतरांनाही जांभया येऊ लागतात. त्याची लागणच झाल्यासारखं होतं. त्याचंही हेच कारण आहे. एखादी चांगली गोष्टही प्रमाणाबाहेर ताणली, की त्यातली मजा निघून जाते. एखादं नाटक, चित्रपट चांगला असतो. तो आपल्याला आवडतो म्हणून त्याच्यावर आपण आपलं सारं लक्ष देऊन असतो. आपलं सगळं ध्यान त्याच्याकडे लागलेलं असतं. पण कोणत्याही एका गोष्टीवर आपण काही वेळच असं संपूर्ण लक्ष केंद्रित करू शकतो. त्यानंतर आपल्याला ते दुसरीकडे वळवावंसं वाटू लागतं.'

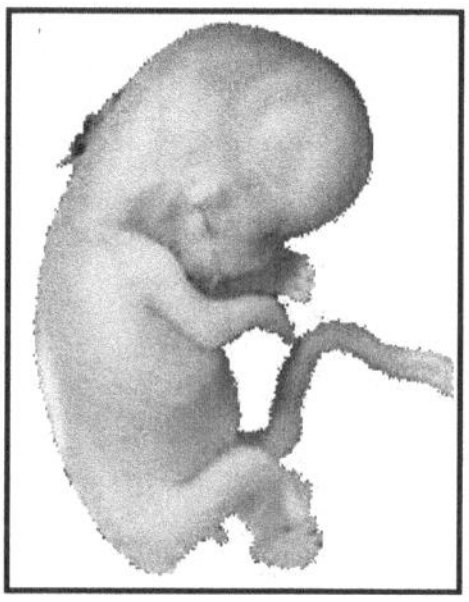

'म्हंजी आपल्या ध्यानाला, मेदूला कटाळा येतो म्हना की!'

'नाही.' हसत हसत दादासाहेब म्हणाले, 'तसंच काही नाही. कारण तसं असतं आणि थकवा आलेला असता तर मग दुसऱ्या कशावरही ध्यान केंद्रित करणं अशक्य झालं असतं. तसं होत नाही. त्यावेळी दुसरीकडे आपण आपलं ध्यान वळवू शकतो आणि त्याच्याकडे ते एकाग्र करू शकतो. म्हणूनच अशा प्रकारे आपल्या मेंदूला एका अवस्थेतून दुसऱ्या अवस्थेकडे वळायचं असलं, की जांभया येतात, असं मानलं जातं. भर सभेत एकानं अशा प्रकारे दुसरीकडे लक्ष वळवत असल्याचं जांभई देऊन जाहीर केलं, की इतरांचंही ध्यान दुसरीकडे वळायला उत्सुक होतं. त्यामुळं मग त्यांनाही जांभया येऊ लागतात. त्यांची साथ येते असं तू म्हणतोस, त्याचं कारण हेच असावं.'

'आता समाजलं. म्हंजी आईच्या पोटातल्या बाळाचा आवाज येतो म्हंता तवा त्ये जांभया देत असतं असंच म्हनाया होवं.'

◆

वाघाची मावशी

बराच वेळ झाला, तरी ग्यानबा तसाच बसून होता. त्याच्या चेहऱ्यावर मात्र त्याच्या मनात चाललेल्या खळबळीचं स्पष्ट चित्र दिसत होतं. कोणता तरी भन्नाट सवाल त्याला छळत होता, याची जाणीव दादासाहेबांना झाली होती. ग्यानबा आपल्या खास शैलीत तो केव्हा विचारतो, याचीच ते वाट पाहत होते. तेवढ्यात ग्यानबानं विचारलंच,

'दादासायब, माजराला वागाची मावशी आसं म्हनत्यात न्हवं?'

'हो, अलंकारिक भाषेतला तो एक शब्दप्रयोग आहे.'

'तरी पर का? वागाचीच का? हत्तीची का न्हाई? जालंच तर वाग क्येवडा, माजार क्येवडं! म्हनलं तर माजार म्हंजी काय मादीच नसती, बोकाबी आसतो. मंग माजाराला वागाचा मामा का म्हनत न्हाईत?'

या असल्या तिरपागड्या प्रश्नांपायीच ग्यानबानं शाळेतल्या मास्तरांचा राग ओढवून घेतला होता, त्यांच्या हातचा मार खाल्ला होता आणि शेवटी कंटाळून शाळेलाच रामराम ठोकला होता. त्याचे प्रश्न असे वरवर जरी चक्रमपणाचे वाटले, तरी त्यापाठी काही निश्चित तर्कसंगती असते, हे मात्र दादासाहेबांनी ओळखलं होतं. म्हणूनच ते न वैतागता त्याच्या प्रश्नांची उत्तरं देण्याचा प्रयत्न करत असत. आताचाही त्याचा प्रश्न त्याच जातकुळीतला होता.

'अरे, वाघ आणि मांजर हे एकाच वंशातले प्राणी आहेत. वाघ, चित्ता, सिंह झालंच तर कूगार, जॅग्वार हे वाघासारखेच दिसणारे तरीही वेगळे असणारे प्राणी आणि रानमांजर, मांजर यांचा वंश एकच आहे. जसा आपला म्हणजे माणसांचा आणि चिम्पान्झी, गोरिला यासारख्या वानरांचा वंश एकच आहे. शास्त्रीय भाषेत त्यांना प्रायमेट्स असं म्हणतात. वाघ जंगली आणि हिंस्त्र असतो, ताकदवान असतो, माणसाला तो सहज लोळवू शकतो आणि प्रसंगी खातोही. उलट मांजर हे घरात आपल्या पायात घुटमळतं, आपल्या मांडीवर येऊन बसतं, लाड करून घेतं, त्याला आपण सहज उचलून दुसरीकडे ठेवू शकतो, ते दूध पितं. असा वरवर दिसणारा मोठा फरक असला, तरी ते दोन्हीही प्राणी एकाच वंशातले

एकाच वंशाचे प्राणी

आहेत, हे आकर्षक आणि मन चटकन वेधून घेईल अशा भाषेत सांगण्यासाठी मांजराला वाघाची मावशी म्हणतात. ते हत्तीच्या वंशातलं नाही म्हणून त्याला हत्तीची मावशी म्हणत नाहीत. शिवाय आपल्याला आई, मावशी यांची माया चटकन भावते, त्यांचा लळा चटकन लागतो, बाप्यागड्यांचा तेवढा लागत नाही. म्हणून बहुतेक मावशीची उपमा दिली असावी.'

'वाग आणि माजार आसं येकाच वंसातलं आसत्याल तर मंग समजा आमच्या घरच्या माजाराला मायंदाळ खायाप्येया दिलं तर मंग तेबी वागासारकं मोटं आन् पावरबाज व्हईल. तसं जालं तर मंग ते दूद पिन्याबगर माज्यावरच झ्येप टाकंल न्हवं?'

दादासाहेबांना ग्यानबाच्या त्या तर्काची गंमत वाटली. पण त्याच्या त्या विक्षिप्त प्रश्नामुळं तेही विचारात पडले.

'प्रत्येक प्राणी कितीही खायलाप्यायला मिळालं, तरी एका विशिष्ट प्रमाणाबाहेर वाढत नाही, मोठा होत नाही. जगन् पैलवानाला भरपूर खुराक मिळतो. तसंच तो

मेहनतही करतो. म्हणून इतरांपेक्षा तो मोठ्या आकारमानाचा आणि ताकदवान झाला आहे. पण कोणताही पैलवान अंगानं कितीही वाढला, तरी त्याचा राक्षस होत नाही. त्याची उंची ताडामाडासारखी होत नाही की त्याचं वजन अगडबंब हत्तीसारखं होत नाही. त्यामुळं मांजर कितीही मोठं झालं, तरी त्याच्या शरीराचं आकारमान वाघाच्या शरीराइतकं होईल, अशी शक्यता नाही. पण तू म्हणतोस त्याप्रमाणे समजा ते तेवढं मोठं झालंच, तरी ते मांजरच राहील. त्याची वागणूक वाघासारखी होईल की काय याची शंकाच आहे. कोणत्याही प्राण्याची वागणूक त्याच्या उपजत गुणधर्मांवर, तसंच त्याची वाढ कोणत्या वातावरणात झाली आहे, यावर अवलंबून असते. जन्मानंतर सहा आठवड्याचं होण्याआधी जर त्या मांजराला उंदरांबरोबर वाढवण्यात आलं, तर पुढं पूर्ण वाढ झाल्यानंतरही ते मांजर उंदराला आपलं सोबती समजूनच त्याच्याशी खेळतं, हे दिसून आलं आहे. उंदरांच्या पिलांनाही ते मांजर आपल्या पिलांसारखंच वाढवतं आणि त्यांना आपल्या अंगावर लुचू देतं, हेही सिद्ध झालं आहे. उंदराला आपलं खाणं समजून ते त्याच्यावर झडप घालत नाही. तेव्हा जर हे वाघाएवढ्या शरीराचं अगडबंब मांजर तुझ्या घरात ते सहा आठवड्यांपेक्षा कमी वयाचं असल्यापासून वाढलं असेल, तर ते तुला आपलाच सवंगडी समजून तुझ्याशी खेळत राहील. तुझ्यावर झेप टाकण्याऐवजी ते आपल्या जिभेनं चाटून तुला साफ करण्याचा, म्हणजेच तुला आंघोळ घालण्याचा प्रयत्न करेल. ते मांजर जर बोका असेल, तर ते आपल्या इतर पिलांना जसं तोंडात धरून इकडून तिकडे नेतं तसंच तुलाही घेऊन जाईल. त्यावेळी त्याचे तीक्ष्ण दात तुला बोचतील. पण इतर काही त्रास होणार नाही. झालंच तर तुझी उंची जाडी नेहमीप्रमाणेच राहिलेली असेल. त्यामुळे त्याचा आकार अगडबंब झाल्यावरही त्याला तू वेगळा वाटणार नाहीस. तुझ्या अंगाचा वासही त्याच्या ओळखीचा असेल. त्यामुळे तुझी ओळख पटायला त्याला वेळ लागणार नाही.

पण जर त्या मांजराचं वय आठ आठवड्यांपेक्षा जास्ती असताना ते तुझ्याजवळ आलं असेल, तर कदाचित शरीर अगडबंब झाल्यावर त्याला तू

आपला खेळगडी वाटणार नाहीस. अशा वेळी इतर कोणत्याही अनोळखी वस्तूवर ते जसं धावून जातं, त्याला बोचकारतं तसंच ते तुलाही करू बघेल. तरीही त्याची वागणूक वाघासारखी होण्याची शक्यता तशी कमीच आहे. जर त्या मांजराची वाढ संपूर्णपणे रानावनातच झालेली असेल, तर कदाचित त्याची वागणूक वाघासारखी होईल. कारण मग त्याची वाढ जंगलाच्या नियमांप्रमाणे झालेली असेल. त्याचं खाणंपिणं जंगली जनावरांसारखं झालेलं असेल. त्यामुळं मग घरगुती वातावरणाची सवय नसल्यानं त्याची वागणूक वाघासारखी होण्याची शक्यता आहे. मी शक्यता म्हणतो कारण तुझ्या प्रश्नाचं नेमकं आणि नेटकं उत्तर मला, कोणालाच माहिती नाही. तसे प्रयोग करून त्यातून माहिती मिळवल्याशिवाय अशा प्रश्नांची अचूक उत्तरं देता येत नाहीत.'

'पर आसं अगडबंब जाल्यावरबी माजारालाच वागाची मावशी म्हनायचं, की वागाला माजाराचा काका म्हनायचं?'

नेहमीप्रमाणे आपली विक्षिप्त मल्लीनाथी करूनच ग्यानबा तिथून निघून गेला.

◆